AF518798

ലിറ്റിൽ ഗ്രീൻ

അനന്തുവിന്റെ സ്വപ്നങ്ങൾ

ഡോ. ആനന്ദൻ കെ.ആർ.

തൃശൂർ ജില്ലയിലെ നെല്ലായിയിൽ ജനനം. കോഴിക്കോട്, തിരുവനന്തപുരം മെഡിക്കൽ കോളേജുകളിൽനിന്ന് പഠനം പൂർത്തിയാക്കി, 21 വർഷം തൃശൂർ മെഡിക്കൽ കോളേജിൽ അദ്ധ്യാപകനായി ജോലി ചെയ്തു. 'മുളങ്കുന്നത്തുകാവ് ആരോഗ്യഗ്രാമം' എന്ന ജനകീയ ആരോഗ്യ വിദ്യാഭ്യാസ പദ്ധതി 2001 മുതൽ രൂപീകരിച്ച് പ്രവർത്തിച്ചുപോരുന്നു. ഇപ്പോൾ പെരിന്തൽമണ്ണ എം.ഇ.എസ്. മെഡിക്കൽ കോളേജിലെ അദ്ധ്യാപകനാണ്.

ഗ്രീൻ ബുക്സ് പ്രസിദ്ധീകരിച്ച
ഗ്രന്ഥകർത്താവിന്റെ ഇതര കൃതികൾ

ദുഃഖമകറ്റാൻ
(ആരോഗ്യം)

മനസ്സും ഫോക്‌ലോറും
(പഠനം)

ബാലസാഹിത്യം

അനന്തുവിന്റെ സ്വപ്നങ്ങൾ

ഡോ. ആനന്ദൻ കെ.ആർ.

Little Green

little green
an imprint of green books private limited
gb building, civil lane road, ayyanthole,
thrissur- 680 003, kerala, ph: +91 487-2381066, 2381039
website: www.greenbooksindia.com
e-mail: info@greenbooksindia.com

malayalam
ananthuvinte swapnangal
children novel
by
dr. anandhan k r

published april 2022

cover design : mansoor cheruppa

printed in india
manipal technologies ltd

branches:
thrissur 0487-2422515
thiruvananthapuram 0471-2335301
calicut 0495 4854662

isbn : 978-93-93596-29-1

₹ 170.00
LGPL/044 /2022

സമർപ്പണം

സങ്കടങ്ങളിലൂടെ കടന്നു പോകുന്ന
എല്ലാ ബാല്യങ്ങൾക്കും

ആമുഖം

അവൻ ജീവിക്കാൻ തുടങ്ങിയിട്ടേയുള്ളൂ.
അപ്പോഴേ ഒരു കാര്യം മനസ്സിലായി
അവന്റെ സങ്കടം മറ്റുള്ളവർക്ക്
മനസ്സിലാകണമെന്നില്ല
മറ്റുള്ളവരുടേത് അവനും.
അവന്റെ സംശയങ്ങൾക്ക്
അന്യരുടെ കൈയിൽ ഉത്തരമില്ല.
അവരുടെ സംശയങ്ങൾക്ക് തന്നിലും.
സങ്കടവും സംശയവുമാണ് അനന്തുവിന്റെ
ജീവനും ജീവവായുവും ജീവജലവും.
ഇതൊന്നും ആരെയും പറഞ്ഞ് ബോദ്ധ്യപ്പെടുത്താനില്ല.
ആരെയും തോൽപ്പിക്കാനുമല്ല. സഹതാപം
പിടിച്ചു പറ്റാനുമല്ല. അതിനായി ആഗ്രഹിക്കുന്നുമില്ല.
ഇത് താൻ ഇവിടെ ജീവിച്ചിരുന്നു എന്ന്
തെളിയിക്കാൻ വേണ്ടി മാത്രം.

ഡോ. ആനന്ദൻ കെ.ആർ.

ഓണമാണല്ലോ

ഒരു ഉത്സവത്തിന്റെ നിലാവിലാണ് നാട്. ശരിയാണ്. ആ നാളു കൾ മറക്കാനാവാത്തതാണ്.

അനന്തുവിനറിയാം. ആരും പറഞ്ഞില്ലെങ്കിലും അറിയാം. ഇനി പിടിപ്പത് പണിയാണ്. അത് അനന്തുവിന് മാത്രമേ അറിയൂ. മുറ്റത്ത് പൂക്കളം ഇടാൻ തുടങ്ങി പത്ത് ദിവസം കഴിഞ്ഞാൽ ഓണം തന്നെ. അത് മറ്റാരും പറഞ്ഞില്ലെങ്കിലും അവന് അറിയാം. എന്നാൽ ഒരു വ്യത്യാസമുണ്ട്. അന്ന് പൂക്കളവും ഒപ്പം തൃക്കാക്കരയപ്പനും ഉണ്ടാവും. സാധാരണ പൂക്കൾക്ക് പകരം തുമ്പപ്പൂ ഇടണം. തൃക്കാക്കരഅപ്പന്റെ രണ്ട് വശങ്ങളിലും പൂവട ഉണ്ടാക്കി വെക്കണം. ആർപ്പോ വിളി ക്കണം. അന്നാണ് ഓണം. പൊന്നോണം.

ഇന്നും രാവിലെ പൂക്കളമിട്ടു. ഒമ്പതാമത്തെ ദിവസം. എല്ലാ ദിവസവും അനന്തുവാണ് പൂക്കളമൊരുക്കുക. തൊടിയിലുള്ള തുമ്പപ്പൂ, വീട്ടിലെ വേലിയിലുള്ള ചെമ്പരത്തി, ചേച്ചി നട്ടു വളർത്തുന്ന ചെണ്ടുമല്ലി, പിന്നെ കിട്ടാവുന്ന എല്ലാത്തരം പൂക്കളും അനന്തു ശേഖരിക്കും. തലേദിവസം തന്നെ. ഇറുത്തു കൊണ്ടുവെച്ച പൂക്കൾ ഏത് രീതിയിലാണ് ഇടേണ്ടതെന്ന് മനസ്സിൽ ഒരു ചിത്രം വരച്ചി ട്ടാണ് അനന്തു ഉറങ്ങുക. കടലാസ്സിൽ പൊതിഞ്ഞ പൂക്കൾ, അനന്തു കിടക്കുന്ന മുറിയുടെ ഓടിൽനിന്നും തൂങ്ങിക്കിടക്കുന്ന വള്ളിയിൽ പൊതിഞ്ഞു വെക്കും. രാവിലെ ഉണർന്നാൽ ആദ്യം നോക്കുന്നത് ആ പൂക്കൂട അവിടെത്തന്നെയില്ലേ എന്നാണ്. രാവിലെ നേരത്തെ ഉണരുകയും ചെയ്യും.

അമ്മ പറയും. ‘‘പൂക്കളമിടാൻ തുടങ്ങിയാൽപ്പിന്നെ കുട്ടിക്ക് ഉറക്കം കുറവാണ്.’’

അതെ, പൂക്കളം ഇടേണ്ടതെങ്ങനെ എന്ന് ആലോചിച്ചിട്ടാണല്ലോ അനന്തു ഉറങ്ങുക.

അതിരാവിലെ എഴുന്നേറ്റാൽ ആദ്യം തന്നെ ആ പൂക്കൂട എടുക്കും. പൂക്കളുടെ ഇതളുകളെല്ലാം ഓരോന്നോരോന്നായി ഇറുത്തുവെക്കും. പിന്നെ അതെല്ലാം തരം തിരിക്കും.

അപ്പോഴേക്കും ചേച്ചി മുറ്റത്ത് ചാണകം മെഴുകി ഒരു വട്ടം വരച്ചിട്ടുണ്ടാകും. അത്ര ഭംഗിയുള്ള വട്ടമൊന്നുമല്ല. പക്ഷേ അനന്തുവിന് അങ്ങനെ വട്ടം വരയ്ക്കാൻ അറിയാത്തതുകൊണ്ട് ആ പണി ചേച്ചിക്കുള്ളതാണ്. എന്നാലും അത് അനന്തു ഭംഗിയാക്കും.

ഇനിയാണ് അനന്തുവിന്റെ പണി. ചേച്ചി വരച്ച വട്ടത്തെ നോക്കി ഒന്ന് ചിരിക്കും. പിന്നെ അതിനു മുന്നിലിരിക്കും. ആദ്യം ചെമ്പരത്തിയുടെ ഇതളുകൾകൊണ്ട് ആദ്യവട്ടം പൂർത്തിയാക്കും. എന്നിട്ട് ഒന്നുകൂടി നോക്കും.

''ആ, നന്നായിട്ടുണ്ട്.'' അനന്തു തന്നത്താൻ പറഞ്ഞു

പിന്നെ ചെണ്ടുമല്ലിയുടെ ഒരു കൂട്ടം കൈ കൊണ്ട് വാരും. ഒരു കൂട പോലെയാക്കി അതിന്നരികിൽ വിതറും. എന്നിട്ട് പതിയെ പരത്തും. ചോപ്പും മഞ്ഞയും കൂടിച്ചേർന്ന് കിടക്കുമ്പോൾ ഒരു പ്രത്യേക ഭംഗിയാണ്. അനന്തു മനസ്സിൽ പറയും.

ഇടയ്ക്ക് ചേച്ചി വന്ന് എത്തിനോക്കി പോവുന്നത് അനന്തു കാണുന്നുമുണ്ട്. പിന്നെ രണ്ട് ചെണ്ടുമല്ലി ഒരുമിച്ച് വെച്ച് നടുവിൽ വെക്കും. അതിനിടയിലും തുമ്പപ്പൂ വെക്കും. അതിനിടയിൽ പച്ച ഇലകളും വെച്ചാൽ അതിനേക്കാൾ ഭംഗി ഉണ്ടാവുമെന്ന് ചേച്ചി പറഞ്ഞിട്ടുണ്ട്.

എല്ലാം കഴിഞ്ഞ് അൽപ്പം അകലേക്ക് മാറിനിന്ന് അവൻ പൂക്കളത്തെ നോക്കും. അപ്പോഴാണ് രണ്ടാമത്തെ ചേട്ടൻ ജഗുവിന്റെ വരവ്.

അവൻ പക്ഷേ ഒന്നും മിണ്ടാതെ ഗമയിലൊരു പോക്കാണ്.

ഓ, ഇതൊക്കെ എന്ത്... എന്ന ഭാവം.

ചേച്ചിമാർ പക്ഷേ അങ്ങനെയല്ല.

''ഹായ് നല്ല ഭംഗിയുണ്ടല്ലോ....'' മണിചേച്ചിയാണ്.

''നന്നായിട്ടുണ്ടല്ലോ...'' ലീലേച്ചിയും പറയും.

അത് കേൾക്കുമ്പോൾ അവനിൽ അഭിമാനം നിറയും. എളിയിൽ കൈ കുത്തി ഞെളിഞ്ഞ് ചേച്ചിമാരെ നോക്കും.

പിന്നെയാണ് അടുത്ത വീട്ടിലെ കൂട്ടുകാരെത്തുക. അവർക്കൊന്നും അനന്തുവിനെപ്പോലെ പൂക്കളമിടാൻ അറിയില്ല. അവർ പൂക്കളം

ഇട്ടത് അനന്തു കണ്ടിട്ടുണ്ട്. എല്ലാ പൂക്കളുംകൂടി കൂട്ടിയിടും. അയ്യേ, ഒരു ചന്തവുമില്ല.

അനന്തുവിനോട് അവരുടെ വീട്ടിലേക്ക് ചെല്ലാൻ പറയും. അനന്തു പക്ഷേ പോവില്ല. അങ്ങനെ ഓണം തുടങ്ങുകയായി.

ഇന്ന് അമ്മയെ പുറത്തെങ്ങും കണ്ടില്ലല്ലോ. അനന്തു വിചാരിക്കുക യായിരുന്നു. ചിലപ്പോൾ കോട്ടപ്പടിക്ക് പോയിട്ടുണ്ടാകും. ഓണത്തിന് എല്ലാവർക്കും പുത്തനുടുപ്പ് വാങ്ങണ്ടേ? അവനും അമ്മയുടെ കൂടെ കോട്ടപ്പടിക്ക് പോകാൻ ഇഷ്ടമാണ്. പക്ഷേ തന്നെ ഒക്കത്ത് എടുത്ത് അവിടേക്ക് നടക്കാൻ അമ്മയ്ക്ക് സാധിക്കില്ലെന്ന് പറഞ്ഞതുകൊണ്ട് ആ ആഗ്രഹം ഉപേക്ഷിച്ചതാണ് അനന്തു. അവൻ അടുക്കളയിലേക്ക് എത്തിനോക്കി. അമ്മയെ അവിടെയെങ്ങും കണ്ടില്ല.

അപ്പോൾ അവൻ തീർച്ചപ്പെടുത്തി, അമ്മ പോയത് കോട്ടപ്പടി യിലേക്ക് തന്നെ.

കൊച്ചുപിള്ളയും പിള്ളയും

അതാണ് പേരക്കിടാങ്ങൾ. ഏത് കാലത്തും ഏത് ലോകത്തും പേരമക്കളോടുള്ള ഇഷ്ടം, അതൊരു അപൂർവ്വതയാണ്.

പശുവിനെ കറന്ന് കഴിഞ്ഞാലാണ് അമ്മ, അമ്മയുടെ വീടായ കോട്ടപ്പടിയിലേക്ക് പോവുക. അവൻ എഴുന്നേൽക്കുന്നതിന് മുമ്പുതന്നെ അമ്മ പോയിരിക്കുന്നു. നെല്ലായിൽനിന്നും ബസ് കയറി മാളയിൽ ഇറങ്ങും. മിഠായിക്കടകളും തുണിക്കടകളും ധാരാളമുള്ള ഒരു സ്ഥലം. അവിടെ ഒരു പള്ളിയുമുണ്ട്. അവിടെനിന്ന് തിരിച്ചു വരുമ്പോൾ തുണി വാങ്ങിക്കുക ആ കടകളിൽനിന്നുമാണ്. കടകൾ കഴിഞ്ഞാൽ തെക്കു ഭാഗത്ത് ഒരു തോടുണ്ട്. അതിൽ നിറയെ ചകിരിയും തടികളും നാളികേരം നിറച്ച വഞ്ചികളുമുണ്ട്. അതും കഴിഞ്ഞ് അഞ്ചാറ് മൈൽ നടക്കണം. പാവം അമ്മ. പിന്നെ ഒരു കയറ്റമുണ്ട്. കയറ്റം കഴിഞ്ഞാലോ ഒരു കോട്ടമതിലാണ്. അതാണ് ടിപ്പു സുൽത്താൻ പണി കഴിപ്പിച്ച കോട്ട എന്ന് പറഞ്ഞു കേട്ടിട്ടുണ്ട്. അത് കേട്ടപ്പോഴാണ് ടിപ്പു സുൽത്താൻ എന്ന പേരുതന്നെ അനന്തു കേൾക്കുന്നത്. എന്നാൽ ഇപ്പോൾ ആ കോട്ടയുടെ പല ഭാഗങ്ങളും ഇടിഞ്ഞു പൊളിഞ്ഞിട്ടുണ്ടത്രെ.

കഴിഞ്ഞ കൊല്ലം അമ്മ കോട്ടപ്പടിക്ക് പോയപ്പോൾ അനന്തുവിനെയും കൊണ്ടുപോയിരുന്നു. അന്നാണ് കോട്ട കണ്ടത്. ടിപ്പു സുൽത്താൻ എന്ന ആളെക്കുറിച്ച് കേട്ടതും.

ഇന്ന് അമ്മ പോകുമെന്ന് പറഞ്ഞപ്പോൾ അനന്തു വാശി പിടിച്ചതാണ്, അനന്തുവിനേയും കൂടെ കൊണ്ടുപോകാൻ. അപ്പോൾ അമ്മ പറഞ്ഞു.

‘‘നിന്നെ എടുത്തുകൊണ്ടുപോകാൻ അമ്മയ്ക്ക് വയ്യാത്തോണ്ടാ...’’

പിന്നെ അനന്തു ഒന്നും പറഞ്ഞില്ല. വേണ്ട, പോകണ്ട, അമ്മയ്ക്ക്

വയ്യാതായാലോ... ശരിയാണ്. ഇപ്പോൾ അമ്മയ്ക്ക് തന്നെ എടുത്ത് നടക്കാനാവില്ല. വലുതായില്ലേ?

ട്രൗസർപ്പോലും ഇപ്പോൾ ഇറുക്കമാണ്. കുടുക്കിടാൻ പറ്റില്ല. തുറന്ന് ഇടണം. താഴേക്ക് ഊർന്ന് പോകും. അല്ലെങ്കിൽ ഒരു കൈ കൊണ്ട് പിടിക്കണം. അതാണ് വലുതായിപ്പോയതിലുള്ള പ്രശ്നം. പിന്നെ അമ്മയ്ക്ക് തന്നെ എടുക്കാൻ പറ്റില്ലല്ലോ എന്ന സങ്കടവും.

''നിന്നെ എടുത്തോണ്ട് നടന്ന് എന്റെ നടുവൊടിഞ്ഞു.''

അമ്മ പറയും. ശരിയാണ്. ചിലപ്പോൾ നടുവേദനകൊണ്ട് കുനിഞ്ഞ് നടക്കുന്നതു കാണാം. ഈയിടെയായി വേദന കൂടുതലാണെന്നാണ് അമ്മ പറയുന്നതും. അതുകൊണ്ടാണ് കോട്ടപ്പടിക്ക് പോകണ്ട എന്ന് അനന്തുവും വിചാരിച്ചത്. എങ്കിലും അനന്തു എണീറ്റ ഉടനെ അടുക്കളയിൽ ചെന്ന് നോക്കിയിരുന്നു. എന്നാൽ അപ്പോഴേക്കും അമ്മ പൊയ്ക്കളഞ്ഞു. സാരമില്ല. കോട്ടപ്പടിയിൽനിന്നുള്ള അമ്മയുടെ വരവ് ആലോചിച്ചപ്പോൾ അനന്തുവിന് സന്തോഷം തോന്നി.

അവന്റെ ഓർമ്മകൾ കോട്ടപ്പടി വീട്ടിലെത്തി.

കോട്ടപ്പടി വീട്ടിലെത്തിയാൽ അവിടെ അമ്മൂമ്മയുണ്ട്. മുത്തച്ഛനുണ്ട്. കളിക്കാൻ കൂട്ടുകാരുമുണ്ട്.

അവിടെയെത്തിയാലാണ് ശരിക്കും അനന്തുവിന്റെ വയറ് നിറയുക. ചോറും മാമ്പഴപ്പുളശ്ശേരിയും കൂട്ടിയുള്ള ചോറ് അമ്മൂമ്മ വിളമ്പും. മധുരവും പുളിയും എരിവുമുള്ള മാമ്പഴക്കൂട്ടാൻ. ഓർത്തപ്പോൾത്തന്നെ അനന്തുവിന്റെ നാവിൽ വെള്ളം നിറഞ്ഞു. തന്റെ വീട്ടിലെ കൂട്ടാനും ചമ്മന്തിക്കും എരിവ് മാത്രമേയുള്ളൂ.

പിന്നെ പോകുന്ന വഴിക്കാണ് അമ്മാവന്റെ ബംഗ്ലാവ്. അവിടേക്ക് കുട്ടികളോടാത്ത് കളിക്കാൻ അവന് ഇഷ്ടമാണ്. അവിടെ കുറെ കൂട്ടുകാരുണ്ട്. കളിക്കാനും കൂട്ട് കൂടാനും. എന്നാൽ കുറെനേരം കളിക്കാനൊന്നും പറ്റില്ല. നാല് മണിയാവുമ്പോഴേക്കും അമ്മ തിരിച്ച് വീട്ടിലേക്ക് പോകാൻ തിരക്ക് കൂട്ടും.

''പോവാം... പോവാം... മണി നാലായി. ഇനി അവിടെയത്തണ്ടേ?''

അപ്പോഴേക്കും അമ്മൂമ്മ ഒരു ചാക്കിൽ നിറയെ അരിയും നാളികേരവും പച്ചക്കറിയും പലഹാരവും മാങ്ങയും എടുത്തു കൊണ്ടു വരും. അതെല്ലാം അനന്തുവിന്റെ വീട്ടിലേക്കുള്ളതാണ്.

അതിനിടയിൽ മുത്തച്ഛന്റെ വിളിയുണ്ട്.

''പിള്ളേ... ഇവിടെ വാ...''

മുത്തച്ഛൻ അമ്മയെ പിള്ള എന്നാണ് വിളിക്കുക. അമ്മ പതുക്കെ മുത്തച്ഛന്റെ അടുത്തേക്ക് ചെല്ലും. അമ്മയുടെ കൈയിൽ കുറച്ച് കാശ് കൊടുക്കും. എന്നിട്ട് പറയും.

''ഇത് കൊച്ചുപിള്ളേയ്ക്ക് എന്തെങ്കിലും വാങ്ങിക്കൊടുക്കാൻ വെച്ചോ. അവരെയൊന്നും വഴക്ക് പറയരുത് ട്ടോ.''

ഞങ്ങളെ മുത്തച്ഛൻ കൊച്ചുപിള്ള എന്നാണ് വിളിക്കുക

മുത്തച്ഛൻ തരുന്ന ആ കാശ് കിട്ടാനാണ് അമ്മ അത്രയും നേരം കാത്തുനിന്നത് എന്ന് തോന്നും ചിലപ്പോൾ. എന്തായാലും അത് കിട്ടിക്കഴിഞ്ഞാൽ അമ്മ ഉടനെ പുറപ്പെടുകയായി.

മാളവരെ വേഗം നടക്കും. പിന്നെ തുണിക്കടയിൽ കയറും. തുണികൾ വാങ്ങി ബസ്സ് കയറി വീട്ടിലെത്തും. എന്നിട്ടും കഴിഞ്ഞ പ്രാവശ്യം അമ്മൂമ്മയുടെ വീട്ടിൽ നിന്നും വരാൻ വളരെ വൈകിപ്പോയിരുന്നു. അതും അമ്മാവന്റെ വീടിന് മുന്നിലുള്ള വഴിയിലൂടെ വരാതെ തോടിന്റെ വക്കിലൂടെയുള്ള എളുപ്പവഴിയായിട്ടും എത്തുമ്പോൾ ഇരുട്ടായി. അതുകൊണ്ടാണ് അവന് അമ്മാവന്റെ വീട്ടിലെ കുട്ടികളെ കാണാൻ പറ്റാതിരുന്നത്.

എന്തായാലും അമ്മ വന്നിട്ടില്ല. അനന്തുവിന് നിരാശ തോന്നി. അമ്മയെ കാണാൻ തോന്നുന്നുണ്ട്. വിശക്കുന്നുമുണ്ട്.

അവൻ കൈയും കാലും കഴുകി പതുക്കെ അടുക്കളയിലേക്ക് കയറി. അവിടെ ചേച്ചി വിളമ്പി വെച്ചിരുന്ന കഞ്ഞി കുടിച്ചു. അച്ഛൻ ഇറയത്ത് കട്ടിലിൽ കിടക്കുന്നുണ്ട്. കമ്പനിയിലെ പണി കഴിഞ്ഞ് കിടക്കുകയാണ്. ഈയാഴ്ച മുതൽ അർദ്ധരാത്രിയാണ് അച്ഛന് ജോലി. പാതിരാത്രിയിലെപ്പോഴോ വന്ന് കിടന്നിട്ടുണ്ടാകും. ഇതുവരെ എഴുന്നേറ്റിട്ടില്ല. തെക്കെ ചായ്പ്പിന്റെ ചവിട്ടുപടിയിലിരുന്ന് അച്ഛമ്മയും പല്ല് തേക്കുന്നതേയുള്ളൂ.

അമ്മയില്ലാത്തതുകൊണ്ട് ഒരു സുഖവും തോന്നുന്നില്ല.

അനന്തു മുറ്റത്തേക്കിറങ്ങി. വീട്ടിലിരിക്കുവാനും തോന്നുന്നില്ല. മൈതാനത്ത് പോകാം. അവിടെ കൂട്ടുകാരുണ്ടാകും. പടി കടന്ന് ചോനേടൻ മാപ്ലേടെ പടിയും കടന്ന് മൈതാനത്തിലെത്തി.

ആരുമില്ലല്ലോ, അനന്തു വിചാരിച്ചു. അതിനാൽത്തന്നെ ഉച്ചവരെ അവിടെയൊക്കെ ചുറ്റിക്കറങ്ങി പിന്നെ വീട്ടിലേക്ക് തിരിച്ചു വന്നു. ഉച്ചയ്ക്ക് ചോറുണ്ടു. ഇനി ഓണം കഴിയുന്നതുവരെ ഉച്ചയ്ക്ക് ചോറും കറിയും കിട്ടും. അല്ലെങ്കിൽ രാത്രി മാത്രമാണ് ചോറ്. പകൽ കഞ്ഞിയും കൊള്ളി പുഴുങ്ങിയതുമാവും. ചിലപ്പോഴൊക്കെ അത് ഇഷ്ടമാവാറില്ല. എന്നാലും വിശന്നാൽ എന്ത് ചെയ്യും അനന്തു? കഴിക്കുകതന്നെ.

''അമ്മ എപ്പഴാ വരാ?'' അനന്തു ചേച്ചിയോട് ചോദിച്ചു.

''ഇപ്പ വരും.'' ചേച്ചി പറഞ്ഞു.

അവൻ വീണ്ടും പുറത്തേക്കിറങ്ങി.

അമ്മ വരുന്നത് കാണണം.

പുഴുങ്ങിയ നെല്ല്

പട്ടിണിക്കാരായ ആളുകൾ ജീവിക്കുന്നതെങ്ങനെ എന്ന ചോദ്യം കൊച്ചുജീവിതത്തിന്റെ മനസ്സായിരുന്നു. ഒറ്റയ്ക്കങ്ങനെ നടക്കുമ്പോഴുള്ള ചില വിചാരങ്ങൾ.

അനന്തു ട്രൗസറിന്റെ ഒരറ്റം പിടിച്ച് നടന്നു. മൈതാനത്ത് കുട്ടികളാരും കളിക്കാനില്ലെങ്കിലും അമ്മ വരുന്നത് കാണാൻ വേണ്ടി ആ വഴിയിലേക്ക് നടന്നു. അമ്മ ഇപ്പോ വരും എന്ന് ചേച്ചി പറഞ്ഞത് അവന്റെ മനസ്സിലുണ്ട്.

ഗുരുദേവന്റെ ഒരു അമ്പലമുള്ളത് അവിടെയാണ്. അച്ഛനും ചേച്ചിമാരും അമ്മയും ഗുരുസ്വാമി എന്ന് വിളിക്കും. സ്വാമിയുടെ ഒരു ഫോട്ടോ വെച്ചിട്ടുള്ളത് മുറിക്കുള്ളിലാണ്. അതിന് മുന്നിലാണ് ഓടിട്ട വലിയ ഇറയം. അമ്പലത്തിനപ്പുറമാണ് അമ്മുച്ചോത്തിയുടെ വീട്. മൈതാനത്തിലേക്ക് പനമ്പിട്ട് അതിൽ നെല്ല് ഉണക്കാനിട്ടിട്ടുണ്ട്. ഇടയ്ക്ക് വന്ന് കോഴിയെ ആട്ടിയോടിച്ച് പോകും.

അനന്തു അവിടേക്ക് ചെന്നപ്പോൾ പിന്നെ അമ്മുച്ചോത്തി വന്നില്ല. കോഴിയെ ആട്ടാൻ താൻ അവിടെയുണ്ടല്ലോ എന്ന് അമ്മുച്ചോത്തി കരുതിക്കാണും.

ഇറയത്തിരുന്ന് അനന്തു കിഴക്കോട്ട് നോക്കി.

മൈതാനത്തിന്റെ അറ്റത്ത് ഒരു പീടികയും ചായക്കടയും പല ചരക്ക് കടയുമുണ്ട്. ആ വഴിയിലൂടെയാണ് അമ്മ നടന്നു വരിക. അമ്മ വന്നാൽ കൂടെ നടന്നുപോകാനാണ് അനന്തു അവിടെയിരിക്കുന്നത്. അമ്മയുടെ കൈയിൽ മിഠായി ഉണ്ടായിരുന്നാൽ മതിയായിരുന്നു. എങ്കിൽ ആദ്യം താനായിരിക്കും അമ്മയുടെ കൈയിൽനിന്നും വാങ്ങുക. അവന് ചിരി വന്നു.

അതിന് അമ്മ മിഠായി വാങ്ങിച്ചാലല്ലേ...

പെട്ടെന്ന് അവന് ഒരു കുസൃതി തോന്നി. ഏതായാലും അമ്മു ച്ചോത്തി പുറത്തില്ല. പുഴുങ്ങിയ നെല്ല് പരന്നങ്ങനെ കിടക്കുന്നു. അവൻ പതുക്കെ നടന്ന് ചെന്ന് പുഴുങ്ങിയ നെല്ലിൽനിന്നും ഒരു പിടി വാരി വായിലേക്കിട്ടു. എന്നിട്ട് അമ്പലത്തറയിൽ വന്നിരുന്ന് നെല്ല് ചവയ്ക്കാൻ തുടങ്ങി. നല്ല രസം. ചവച്ച് ചവച്ച് അതിന്റെ നീര് ഇറക്കാൻ നല്ല രുചിയാണ്. ചെറിയ മധുരവുമുണ്ട്. നീരിറക്കി ക്കഴിഞ്ഞപ്പോൾ അതിന്റെ കൊറ്റനും ഉമിയും കൂടി തിന്നു. കാരണം അവിടെ തുപ്പിയിട്ടാൽ ആരെങ്കിലും കാണും. മാത്രമല്ല, ഇത്രയും നല്ല സാധനം എന്തിനാ തുപ്പിക്കളയുന്നത്?

അമ്പലത്തറ ഒരു സ്റ്റേജാണ്. കുറച്ച് ദിവസം കൂടി കഴിഞ്ഞാൽ ഇവിടെ കർട്ടൻ കെട്ടും. ചോപ്പോ വയലറ്റോ നിറമുള്ള, പുഴയും വീടും മലയുമൊക്കെ വരച്ച കർട്ടൻ. ഉള്ളിലും മുന്നിലുമുള്ള കർട്ടന്റെ മേലേ ചില അക്ഷരങ്ങൾ എഴുതിയിട്ടുണ്ടാകും. എസ്.എൻ.ബി.എസ് എന്ന് ജഗുവാണ് പറഞ്ഞത്. ശ്രീനാരായണ ഭക്തസമാജം എന്നാ ണത്രെ അതിന്റെ മുഴുവൻ പേര്. ഈ സ്റ്റേജിലാണ് ഗുരുജയന്തീടന്ന് നാടകം കളിക്കുക. വിജുച്ചേട്ടൻ, ഗോപേട്ടൻ, ചന്ദ്രേട്ടൻ എന്നിവ രെല്ലാം നാടകത്തിലുണ്ടാകും. ഗോപേട്ടന്റെ കഥാപ്രസംഗവുമു ണ്ടാകും. ശാന്തേച്ചി പഠിപ്പിക്കുന്ന പെൺകുട്ടികളുടെ ഡാൻസുമു ണ്ടാകും.

ശാന്തേച്ചി അനന്തുവിന്റെ വല്ല്യച്ഛന്റെ മകളാണ്. ഇതിനൊക്കെ മുമ്പാണ് പലരുടെയും പ്രസംഗങ്ങൾ. വേലായുധച്ചോനും അച്ഛനും പ്രസംഗിക്കും. പ്രസിഡണ്ടും സെക്രട്ടറിയുമാണത്രെ. അനന്തുവിന് പ്രസംഗം ഇഷ്ടമില്ല. ആ സമയത്ത് അവൻ ചുറ്റിലും നോക്കിയിരിക്കും. ട്യൂബ്ലൈറ്റിന്റെ വെളിച്ചത്തിൽ ബലൂൺവില്പനക്കാരും കപ്പലണ്ടി വിൽക്കുന്നവരും പീപ്പിക്കച്ചവടക്കാരും നടക്കുന്നുണ്ടാവും. ഞങ്ങ ളാരും ഒന്നും വാങ്ങിക്കാറില്ല.

അമ്മയെന്താണാവോ വരാത്തത്? അനന്തു പിന്നെയും സ്വയം ചോദിച്ചു.

അമ്പലമുറ്റത്ത് ഇപ്പോൾ മുള നാട്ടിയിട്ടുണ്ട്. അതിൽ തിരുവോണ ദിവസം മഞ്ഞക്കൊടി ഉയർത്തും. മിഠായിയും ചിലപ്പോൾ പായ സവും വിതരണം ചെയ്യും. അന്തോണി, ജോർജ്ജ് തുടങ്ങിയ ക്രിസ്ത്യൻ കുട്ടികളും കോളനിയിലുള്ള ചാത്തപ്പുലയന്റെയും രാമപ്പറയന്റെ കുട്ടികളും ശശി, ഹരി തുടങ്ങിയ ചോൻ കുട്ടികളും അനന്തുവിന്റെ കൂടെ മിഠായിയും പായസവും വാങ്ങിക്കാനുണ്ടാവും.

എന്താ അമ്മ വരാത്തത്? അനന്തു വഴിയിലേക്ക് എത്തി നോക്കി.

ഇല്ല അമ്മയുടെ പൊടിപോലും കാണാനില്ല.

അമ്മ ഇപ്പ വരും. അവൻ സ്വയം ആശ്വസിച്ചു.

മറ്റന്നാൾത്തൊട്ട് കാവടിയുണ്ടാകും. ഓണക്കളിയുമുണ്ടാകും. അതെല്ലാം നടക്കുന്നത് ഈ മൈതാനത്തുതന്നെ. അമ്പലക്കാവടിയും പൂക്കാവടിയുമുണ്ടാകും. അമ്പലക്കാവടി എടുക്കാൻ രണ്ടാള് വേണം. ഒരാളുടെ തലയിൽ അമ്പലക്കാവടി വെച്ചുകൊടുത്ത് ഏറ്റിയ ആൾ നേരെ നിന്നാലേ മറ്റെയാൾ കാവടിയിൽനിന്നും കൈവിടൂ. അത് അനന്തു നോക്കിനിന്നിട്ടുണ്ട്. സാധാരണ ശങ്കുണ്ണിച്ചോൻ, കരുണാകരേട്ടൻ തുടങ്ങിയ ശക്തിമാന്മാരാണ് അമ്പലക്കാവടി എടുത്ത് ആടുക. അവർ അത് നിലത്തുവെച്ചാൽ അവിടെ ഇരിക്കും.

പൂക്കാവടി ആടാൻ ഇഷ്ടംപോലെ ആൾക്കാരെ കിട്ടും. നാദസ്വരക്കാരാണ് ചെണ്ടകൊട്ടിന്. വളക്കച്ചവടക്കാരും ബലൂൺകാരും വഴിയുടെ രണ്ട് വശത്തും ചെറിയ കടകളുണ്ടാക്കി നിരനിരയായി ഇരിക്കും. ആകെ ബഹളമയമാണ്.

ഓണം വേഗം വന്നെങ്കിൽ...

അമ്മയെന്താണ് വരാത്തത്?

അവന് ക്ഷമ നശിക്കാൻ തുടങ്ങിയിരുന്നു.

മൈതാനത്തിന്റെ അറ്റത്തേക്ക് നടന്നാലോ... അമ്മ വരുന്നത് കാണാം. എന്നാൽ അവിടേക്ക് ഒറ്റയ്ക്ക് പോകാൻ അനന്തുവിന് പേടിയാണ്. അച്ഛന്റെ കൂടെ മാത്രമാണ് പോയിട്ടുള്ളത്.

വെയിലാറിത്തുടങ്ങി. കുട്ടികൾ കളിക്കാനെത്തിയിട്ടുണ്ട്. അനന്തുവിന് പക്ഷേ ഒരു രസവും തോന്നിയില്ല.

ഒരു പിടി നെല്ല് കൂടിയെടുത്ത് വായിലേക്കിടാൻ തോന്നി.

അപ്പോഴും അവൻ ഓർത്തു, അമ്മയിനി ഇന്ന് വരാതിരിക്കോ...

ഏയ് അതുണ്ടാവില്ല. എന്തായാലും വരും.

പെട്ടെന്ന് കണ്ടു, അതാ അമ്മ വരുന്നു...

അവന് ആശ്വാസവും സന്തോഷവും തോന്നി. ആദ്യം കാണുന്നത് ചാക്കുകെട്ടാണ്. പിന്നെ അത് പതുക്കെ പതുക്കെ പൊങ്ങിപ്പൊങ്ങി അമ്മയെ മുഴുവനായും കണ്ടു.

ആ ചാക്കിലെന്തൊക്കെയാണുണ്ടാവുക?

അമ്മ മൈതാനം മുറിച്ച് കടക്കുന്നതിനുപകരം നേരം അനന്തുവിന്റെ അടുത്തേക്കാണ് നടന്നെത്തിയത്. അവൻ അമ്മയുടെ അടുത്തേക്ക് ഓടിയെത്തി. അമ്മയുടെ കൈ പിടിച്ച് നടക്കാൻ തുടങ്ങിയപ്പോൾ അമ്മ ചാക്കുകെട്ട് നിലത്തുവെച്ച് അനന്തുവിനെ ഒക്കത്തെടുത്തു. കണ്ണിൽനിന്നും കണ്ണീര് വരുന്നുണ്ട്.

എന്തിനാണ് അമ്മ കരയുന്നത്?

തന്റെ വായിലെ നെല്ലെല്ലാം അമ്മ തുപ്പിക്കളയിപ്പിച്ചു. അമ്മ കരയുന്നത് കണ്ട് അനന്തുവിന് സങ്കടമായി.

അമ്മുച്ചോത്തിയോട് ചോദിക്കാതെ നെല്ല് തിന്നതിനാണോ അമ്മ കരയുന്നത്? എങ്കിൽ ഇനി ഇത് ആവർത്തിക്കില്ല.

അമ്മയെ സങ്കടപ്പെടുത്തുന്നതൊന്നും ചെയ്യാൻ അനന്തുവിന് ഇഷ്ടമില്ല.

അമ്മ ചാക്കുകെട്ടും ഒക്കത്ത് വെച്ച് നേരെ അടുക്കളയിലെത്തി. കലത്തിൽനിന്നും ചോറെടുത്ത് തനിക്ക് വാരിത്തരാൻ തുടങ്ങി.

അമ്മയ്ക്കെങ്ങനെയാണ് തനിക്ക് ഇത്രയും വിശപ്പുണ്ടെന്ന് മനസ്സിലായത്? നെല്ല് തിന്നതുകൊണ്ടാവുമോ? അമ്മയ്ക്ക് വിശക്കുന്നുണ്ടാവില്ലേ? എന്നിട്ടും തനിക്കാണല്ലോ വാരിത്തരുന്നത്?

വയറ് നിറഞ്ഞു. ഇനി രാത്രി ചോറ് ഉണ്ടില്ലെങ്കിലും വിശക്കില്ല. അതിനുശേഷമാണ് അമ്മ കൈയും മുഖവുമെല്ലാം കഴുകി വന്നത്. അനന്തു കാത്തുനിന്നു. ചാക്ക് അഴിക്കാൻ. അതിലെന്താണ് ഉള്ളതെന്ന് അറിയാൻ. തനിക്ക് ഷർട്ട് ഉണ്ടെങ്കിൽ ഇപ്പോൾത്തന്നെ ഇടണം. നാളേക്ക് മാറ്റിവെക്കാൻ പറ്റില്ല.

ചാക്കിന് ചുറ്റും നടക്കുമ്പോൾ അനന്തു ആലോചിച്ചു.

അമ്മ എന്തിനാണ് കരഞ്ഞത്?

താൻ നെല്ല് തിന്നതിനോ? അതോ അമ്മാവന്മാരാരെങ്കിലും അമ്മയെ ചീത്ത പറഞ്ഞിരിക്കുമോ?

അവരോട് അമ്മ എന്തെങ്കിലും ചോദിച്ചത് കിട്ടാതിരുന്നോ?

അമ്മയോട് അക്കാര്യമൊന്നും ഇപ്പോൾ ചോദിക്കേണ്ട. കൂടുതൽ വിഷമിപ്പിക്കേണ്ട. അമ്മ പിന്നെ പറയട്ടെ. തൽക്കാലം ആ ചോദ്യം മാറ്റിവെച്ച് അനന്തു ചാക്കുകെട്ടിലെ രഹസ്യം അറിയാൻ കാത്തിരുന്നു.

രുചിയുടെ രസമുകുളങ്ങൾ

കാര്യങ്ങളുടെ കിടപ്പ് അങ്ങനെയാണ്. അത് മനസ്സിലാവും ജീവിതം പഠിപ്പിക്കുന്ന പാഠങ്ങളിലൂടെ.

മറിയടീച്ചറുടെ ചോദ്യത്തിനുള്ള ഉത്തരമായിരുന്നു അത്. ജഗു സ്കൂളിൽ പോകാൻ തുടങ്ങിയിട്ട് രണ്ട് കൊല്ലമായി. തനിക്കാണെങ്കിൽ സ്കൂളിലേക്ക് പോകാനുള്ള പ്രായവുമായിട്ടില്ല. അതിനേക്കാൾ കഷ്ടം തനിക്ക് കളിക്കാൻ ആരുമില്ലാതായി എന്നതാണ്.

ഒരു ദിവസം പറമ്പിൽ ചുറ്റിക്കറങ്ങി നടക്കുന്നത് മറിയടീച്ചർ കണ്ടു.

അപ്പോൾ അമ്മയോട് പറയുന്നത് കേട്ടു.

''പണിക്കത്ത്യാരേ, ആ കുട്ടീനെ സ്കൂളിലേക്ക് പറഞ്ഞയച്ചേക്ക്.''

അമ്മയെ എല്ലാവരും 'പണിക്കത്ത്യാരേ' എന്നാണ് വിളിക്കുക.

അങ്ങനെയാണ് അനന്തു സ്കൂളിൽ പോകാൻ തുടങ്ങിയത്. സ്കൂളിൽ നല്ല കൂട്ടുകാരുണ്ടായിരുന്നെങ്കിലും പ്രധാന ആകർഷണം അവിടത്തെ ഉപ്പുമാവായിരുന്നു. ടീച്ചർ തറ...പറ... പഠിപ്പിക്കുമ്പോഴും അപ്പുറത്തുനിന്നെത്തുന്ന ഉപ്പുമാവിന്റെ മണം അനന്തുവിന്റെ വായിൽ വെള്ളമൂറിപ്പിക്കുമായിരുന്നു.

ഒന്നാം ക്ലാസിന്റെയും ഉപ്പുമാവുണ്ടാക്കുന്ന മുറിയുടെയും ഇടയിൽ ഒരു ചുമർ മാത്രമേയുള്ളൂ. അതിനാലാണ് ആ മണം മൂക്കിലിങ്ങനെ നിറഞ്ഞു കേറുന്നത്.

ഉച്ചയാവുമ്പോഴേക്കും ഉപ്പുമാവിൽ നെയ്യൊഴിച്ച് കാച്ചുന്നതിന്റെ മണം ആസ്വദിക്കാം. അനന്തുവിന്റെ മാത്രമല്ല ക്ലാസ്സിലെ എല്ലാവരുടെയും ശ്രദ്ധ അങ്ങോട്ടേക്ക് തന്നെയാണ്.

ബെല്ലടിക്കേണ്ട താമസം എല്ലാവരും പിഞ്ഞാണമെടുത്ത് ഒരോട്ടമാണ്. എല്ലാവരും ഒന്നാം ക്ലാസ്സുമുതൽ നാലാം ക്ലാസ്സുവരെയുള്ള, നീളത്തിലുള്ള വരാന്തയിൽ നിരന്നിരിക്കും. വലിയ തിക്കും തിരക്കും ബഹളവുമുണ്ടാക്കും.

‘‘എനിക്ക് ഇരിക്കാൻ സ്ഥലം തര്ണില്ല...

‘‘നീങ്ങിയിരിക്കടാ...

‘‘അങ്ങോട്ടിരിക്കടാ...’’

‘‘ടീച്ചറേ...ഇവൻ...’’

‘‘എന്റെ പിഞ്ഞാണം തട്ടിക്കളയണ്...’’

‘‘അവരെന്നെ ഉന്തുന്നു...’’

‘‘ഇവളെന്നെ പിച്ചുന്നു...’’

അങ്ങനെയങ്ങനെ ഉപ്പുമാവ് വിളമ്പാൻ ചേട്ടന്മാർ വരുന്നതുവരെ തിരക്കോട് തിരക്ക് തന്നെ.

നാലാം ക്ലാസ്സിലെ വാസുച്ചേട്ടനും രാധാകൃഷ്ണൻ ചേട്ടനും കൂടി ചൂടാവി പറക്കുന്ന സ്റ്റീൽബക്കറ്റുമായി ഉപ്പുമാവ് വിളമ്പാൻ വരുമ്പോൾ എല്ലാവരും മിണ്ടാതെയാവും. ഓരോ കയിൽ ഉപ്പുമാവാണ് ഓരോ പിഞ്ഞാണത്തിലും വിളമ്പുക.

ഗോതമ്പ് നുറുക്കിന്റെ ഉപ്പുമാവ്.

നെയ്യൊഴിച്ച്, കടുക് വറുത്തിട്ട്, വേപ്പിലയുമിട്ട്... നല്ല രുചിയുണ്ട്. വേപ്പില കളയുകയൊന്നുമില്ല. നല്ല ചൂടുണ്ടെങ്കിലും അതൊരു പ്രശ്ന മേയല്ല. വാരി വാരി തിന്നും. അനന്തുവും അങ്ങനെ തിന്നാൽ പഠിച്ചു. ഊതിയൂതി വേഗം കഴിക്കും.

ഉപ്പുമാവ് കഴിച്ചാൽ ചില കുട്ടികൾ ട്രൗസറിൽ കൈ തുടയ്ക്കും. അനന്തു പക്ഷേ, കൈ കഴുകി നെയ്യിന്റെ മണം ആസ്വദിച്ചാണ് വീട്ടിലേക്ക് നടക്കുക.

അനന്തുവിന്റെ പിഞ്ഞാണം കഴുകുന്നത് ചേച്ചിയാണ്. ചേച്ചി കഞ്ഞി വിളമ്പി വെച്ചിട്ടുണ്ടാകും.

പറപ്പൂക്കരയിലാണ് ചേച്ചി പഠിക്കുന്നതെങ്കിലും വീട്ടിൽ നേരത്ത യെത്തും. നടന്നുപോകാനും ഇത്തിരി വഴിയേയുള്ളൂ.

അമ്മ പാടത്തേക്ക് പണിക്ക് പോയാൽ കഞ്ഞിയും കൂട്ടാനും വെക്കുന്ന പണി ചേച്ചിക്കുള്ളതാണ്. പാത്രം കഴുകുന്നതും പശൂന് പുല്ലരിയുന്നതും അമ്മയ്ക്ക് കഞ്ഞി കൊണ്ടുകൊടുക്കുന്നതും ചേച്ചി യാണ്.

എന്തായാലും അനന്തുവും ജഗുവും വീട്ടിലെത്തുന്നതിന് മുമ്പ് ചേച്ചി വീട്ടിലെത്തിയിട്ടുണ്ടാവും. ഞങ്ങൾക്ക് കഞ്ഞി തരാൻ ചേച്ചി അടുക്കളയിലുണ്ടാവും.

ചില ദിവസങ്ങളിൽ അനന്തു ഉപ്പുമാവ് മുഴുവൻ തിന്നില്ല. കുറച്ച് ബാക്കിവെക്കും. എന്തിനാണെന്നോ, ചേച്ചിക്ക് കൊടുക്കാൻ.

ഉപ്പുമാവ് തിന്നാൻ ചേച്ചിക്കും കൊതിയുണ്ട്. അനന്തു കഞ്ഞി കുടിക്കുമ്പോൾ ചേച്ചി ഉപ്പുമാവ് തിന്നും. അത് നോക്കിയിരിക്കാൻ അനന്തുവിന് വല്യ ഇഷ്ടമാണ്.

രാവിലെ സ്കൂളിൽ ചെന്നാൽ ഒരു പ്രാർത്ഥനയുണ്ട്. ഞങ്ങൾ കുട്ടികളെല്ലാവരും കൈ കൂപ്പി നിൽക്കും. എന്നിട്ട് പാടും.

''കാരുണ്യക്കൈവിളക്കായൊരു ജ്യോതിസ്സേ

പാവങ്ങൾ ഞങ്ങളെ കാക്കുമാറാകണേ...''

പിന്നെ ഒരു പ്രതിജ്ഞ. അത് ഒരു ചേട്ടനാണ് ചൊല്ലിത്തരിക.

''എല്ലാ ഇന്ത്യക്കാരും എന്റെ

സഹോദരീസഹോദരന്മാരാണ്.

ഞാനെന്റെ രാജ്യത്തെ സ്നേഹിക്കുന്നു.''

ഓരോ വാചകവും കുട്ടികളെല്ലാവരും ഉച്ചത്തിൽ പറയാൻ മത്സരിക്കും. എന്നാൽ തെറ്റിക്കാൻ പാടില്ല.

ഹെഡ്മാഷും ആന്റോമാഷും മറ്റ് ടീച്ചർമാരും ഞങ്ങളെ നോക്കിയാണ് വരാന്തയിൽ നിൽക്കുക.

അനന്തുവും പ്രാർത്ഥന ചൊല്ലാൻ പഠിച്ചു.

നാല് മണിയായാൽ ദേശീയഗാനമുണ്ട്.

ജനഗണമന അധിനായക...

ജയ്ഹേ... ജയ്ഹേ...

ജയ ജയ ജയ്ഹേ...

പാടിക്കഴിഞ്ഞാൽ വീട്ടിലേക്കൊരു ഓട്ടമാണ്.

തന്റെ കൈയിൽ ഉപ്പുമാവുണ്ട്. അത് ചേച്ചിക്ക് കൊടുക്കണം. ഇപ്പോഴായി അനന്തുവിന് ഉപ്പുമാവ് കൂടുതൽ കിട്ടണമെന്ന് ആഗ്രഹമുണ്ട്. പകുതി ചേച്ചിക്ക് കൊണ്ടുപോയി കൊടുക്കണം. ചേച്ചി അതിനുവേണ്ടിയാണോ നോക്കി നിൽക്കുന്നത് എന്ന് അനന്തുവിനറിഞ്ഞുകൂടാ.

അനന്തുവിന് മിഠായിയെങ്കിലും കിട്ടും. ചേച്ചിക്ക് അതുപോലുമില്ല. പാവം.

ഇനി മിഠായി കിട്ടുമ്പോൾ തീർച്ചയായും ചേച്ചിക്കും കൊടുക്കും. അനന്തു ഉറപ്പിച്ചു.

ഒരേ പാട്ടുകൾ

എല്ലാ വീട്ടിലെയും റേഡിയോയിൽനിന്നും ഒരേ പാട്ടുകൾ വരുന്നത് എങ്ങനെയാണ്?

അനന്തു സംശയത്തിന്റെ മുകളിൽ കേറിയിരിപ്പാണ്. കളിക്കാനുള്ള ബെല്ലടിച്ച് പുറത്തേക്കിറങ്ങിയപ്പോഴാണ് സത്യൻ അനന്തുവിനോട് പറഞ്ഞത്.

''ടാ, നിന്റെ ചേട്ടൻ വരുന്നുണ്ടല്ലോ ബോംബേന്ന്.''

''നീ കണ്ടോ?''

അനന്തുവിന് സംശയമായി.

''ആ... പാന്റും ഷർട്ടുമിട്ട്. വലിയ പെട്ടിയുമുണ്ട്. തോളിലൊരു ചെറിയ ബാഗുമുണ്ട്.''

അനന്തൂന് പെട്ടെന്ന് ചേട്ടനെ കാണണമെന്നുണ്ട്. വീട്ടിൽ പോണം. പക്ഷേ ജോസ് മാഷ് മറിയടീച്ചറെപ്പോലെയല്ല. ക്ലാസ്സിൽ കണ്ടില്ലെങ്കിൽ അടിച്ചാലോ. ഉച്ചയ്ക്ക് പോവുമ്പോൾ കാണാം. അനന്തു ഉറപ്പിച്ചു.

വിജുച്ചേട്ടൻ... ചേട്ടനെക്കുറിച്ച് അനന്തുവിന് നേരിയ ഓർമ്മയേയുള്ളൂ. ഒരു കാര്യം ഓർമ്മയുണ്ട്.

ഒരിക്കൽ സിനിമയ്ക്ക് കൊണ്ടുപോയത്. പുതുക്കാട് ടാക്കീസിൽ. സിനിമാകൊട്ടകയിൽ എത്തുന്നതിന് മുമ്പ് സിനിമ തുടങ്ങിയിരുന്നു. അകത്ത് കയറിയപ്പോൾ നല്ല ഇരുട്ടായിരുന്നു. അനന്തുവിനെ എടുത്തുകൊണ്ടാണ് കൊട്ടകയിലേക്ക് വിജുച്ചേട്ടൻ കയറിയത്. പെട്ടെന്ന് ഒരു പട്ടി കുരച്ചു. അനന്തുവിന് പേടിയായി. പിന്നെ അനന്തു അവിടേക്ക് നോക്കിയതേയില്ല. പിന്നിൽ നിന്നും വരുന്ന വെളിച്ചത്തിലേക്ക് മാത്രം നോക്കിയിരുന്നു. ചേട്ടനാണെങ്കിൽ സിനിമയിൽ മുഴുകിയിരിക്കുകയും. കൊട്ടകയിൽനിന്നും പുറത്തു കടക്കാൻ സാധിക്കാത്തതിനാൽ അത്രയും നേരം വെറുതെ കഴിച്ചുകൂട്ടുകയായിരുന്നു.

പത്തിൽ തോറ്റയാളാണ് വിജുച്ചേട്ടൻ. പിന്നെ പുതുക്കാട് പോയി ടൈപ്പും ഷോർട്ട് ഹാൻഡും പഠിച്ചൂത്രെ. അത് പഠിച്ചാൽ, ബോംബെയിൽ പോയാൽ വേഗം ജോലി കിട്ടുമെന്ന് അവിടെയുള്ള ചെറിയ മാമൻ പറഞ്ഞതിൻപ്രകാരമാണ് അനന്തുവിന്റെ അച്ഛൻ, വിജുച്ചേട്ടനെ ടൈപ്പും ഷോർട്ട് ഹാൻഡും പഠിപ്പിക്കാനയച്ചത്.

ചില ഓർമ്മകളുണ്ട് പിന്നെയും.

അതിൽ ചേട്ടനും ചേട്ടന്റെ ഒപ്പം പഠിച്ച ഗോപാലേട്ടനുമായുള്ള അടിപിടിയാണ്. എന്തിനായിരുന്നുവെന്ന് അനന്തുവിന്നറിയില്ല.

രണ്ടുപേരും നാടകം കളിക്കും. തമ്മിൽ എന്തോ അടികൂടിയതിന്റെ പേരിൽ പൊലീസ് പിടിച്ചു. അത് കേട്ട് അമ്മ അലമുറയിട്ട് കരയുന്നത് കണ്ട് ഞങ്ങളെല്ലാവരും പേടിച്ചു.

അച്ഛൻ പൊലീസ് സ്റ്റേഷനിൽ ചെന്ന് ഏമാന്മാരുടെ കാല് പിടിച്ചതുകൊണ്ടാണത്രെ അവരെ വിട്ടയച്ചത്. അതോടെ പുതുക്കാട്ടേക്കുള്ള പോക്കും പഠിപ്പും നിർത്തി. അച്ഛൻ ബോംബെയിലുള്ള ചെറിയമാമന് ഈ വിവരത്തിന് കത്തെഴുതി. മാമൻ, വിജുച്ചേട്ടനെ ബോംബെയ്ക്ക് പറഞ്ഞയയ്ക്കണമെന്നും നാട്ടിൽ നിന്നാൽ സ്വഭാവം വഷളാവുമെന്നും പറഞ്ഞത്രെ. അങ്ങനെയാണ് വിജുച്ചേട്ടൻ ബോംബേയ്ക്ക് പോയത്.

അത് ശരിയായിരുന്നു. വിജുച്ചേട്ടന് സ്റ്റെനോ ആയി ജോലിയും കിട്ടി.

പിന്നെ ഇപ്പോഴാണ് നാട്ടിലെത്തുന്നത്. ഉച്ചയ്ക്ക് ബെല്ലടിച്ചതും അനന്തു വീട്ടിലേക്കോടി. അടുക്കളയിലൂടെ കയറി. ചെന്നപാടെ ചേച്ചിയോട് ചോദിച്ചു.

''ചേട്ടനെവിടെ?''

''ചേട്ടൻ വന്നിട്ട് കുറെ നേരമായി. ചോറുണ്ട് കിടന്നുങ്ങാ... മോന് മിഠായി കുറെ കൊണ്ടു വന്നിട്ടുണ്ട്.''

പൂക്കളുള്ള ഒരു ചെപ്പ് ചേച്ചി തുറന്നു. അതിൽ നിറച്ചും ചോക്ലേറ്റുകൾ. പീടികയിലിരിക്കുന്നതിനേലും നല്ലത്. ചേച്ചി അനന്തുവിന് രണ്ടെണ്ണം കൊടുത്തു. എന്നിട്ട് പറഞ്ഞു.

''ഇനി എല്ലാരും വന്നിട്ട്.''

ജഗുവും ലീലേച്ചിയും വന്നിട്ടില്ല.

ചേച്ചി അവന് റേഡിയോ കാണിച്ചുകൊടുത്തു. തോൾസഞ്ചിയിലായിരുന്നു റേഡിയോ. തോൾസഞ്ചിയുടെ പുറത്ത് ഒട്ടകവും കവിളത്ത് വിരൽവെച്ചിരിക്കുന്ന ഒരു കുട്ടിയുടെ ചിത്രവുമുണ്ട്.

''ചേച്ചിക്ക് ഓണാക്കാനറിയില്ല. ചേട്ടൻ എണീക്കട്ടെ.'' ചേച്ചി പറഞ്ഞു.

ഇനി പാട്ട് കേൾക്കാൻ ചായക്കടേലേ കുമാരേട്ടന്റെ വീട്ടിലേക്ക് പോകണ്ടതില്ല. ആ റേഡിയോവിനേക്കാൾ നല്ലത് ഇതാണ്. അത് ഫിലിപ്സ് ആണ്. ഇത് മർഫിയാണെന്ന് ചേച്ചി പറഞ്ഞു.

കഞ്ഞി കുടിച്ച് സ്കൂളിൽ പോകാറായിട്ടും ചേട്ടൻ എണീറ്റില്ല. വാതിൽ പകുതി മാത്രമേ ചാരിയിട്ടുള്ളൂ. മനസ്സില്ലാമനസ്സോടെ അനന്തു സ്കൂളിൽ പോയി. നാല് മണി കഴിഞ്ഞ് വന്നാൽ കാണാലോ...

നാല് മണിക്ക് വന്നപ്പോഴും ചേട്ടൻ വീട്ടിലില്ല. ബോംബേന്ന് വന്നതല്ലേ, കൂട്ടുകാരുടെയും അമ്മാമന്റെയും അമ്മായിയുടെയും വീട്ടിലേക്ക് പോയതായിരിക്കും. അനന്തു സമാധാനിച്ചു.

വളരെ വൈകിയാണ് ചേട്ടൻ വന്നത്. പെട്ടി തുറന്ന് തുണികൾ കാണിച്ചു. അവന് ട്രൗസറും ഷർട്ടുമുണ്ട്. കളിപ്പാട്ടങ്ങളില്ല. സാരമില്ല. അനന്തുവിന്റെ വീട്ടിൽ കളിപ്പാട്ടങ്ങൾ വാങ്ങാറില്ല. അതുകൊണ്ട് അങ്ങനെയൊരു ശീലം ഞങ്ങൾക്കാർക്കുമില്ല.

അനന്തു സ്കൂളിൽ പോകുമ്പോൾ ചേട്ടൻ ഉറങ്ങുകയായിരിക്കും. പിന്നെ കാണുന്നത് രാത്രിയായിരിക്കും. എവിടെയൊക്കെയോ പോകുന്നുവത്രെ. അതുകൊണ്ട് ചേട്ടൻ പാന്റിട്ട് നടക്കുന്നത് കാണാൻ പറ്റിയിട്ടില്ല. എന്നാൽ ബ്രഷ്കൊണ്ട് പല്ല് തേക്കുന്നത് കണ്ടിട്ടുണ്ട്. ബോംബെയിൽ ഉമിക്കരി കിട്ടില്ലല്ലോ.

അച്ഛൻ വീട്ടിലുള്ളപ്പോൾ, ചിലപ്പോൾ ചേട്ടന്റെ സംസാരം കേൾക്കാം. അത്ര സന്തോഷവാനല്ല എന്നു തോന്നുന്നു.

ലീവ് കഴിഞ്ഞ് ചേട്ടൻ പോയി. അപ്പോഴും പാന്റിട്ട് പോകുന്നത് കാണാൻ അനന്തുവിന് പറ്റിയില്ല. അവൻ സ്കൂളിലായിരുന്നല്ലോ. ഉച്ചയ്ക്കാണ് തൃശ്ശൂരിൽനിന്നും ബോംബെയ്ക്കുള്ള വണ്ടി. ജയന്തി ജനത. ചേച്ചി പറഞ്ഞ അറിവാണ്.

ഏതായാലും റേഡിയോ കൊണ്ടുപോയിട്ടില്ല. അയ്യപ്പസ്വാമിയുടെ ഫോട്ടോയ്ക്ക് താഴെ ഒരു മരത്തട്ടുണ്ടാക്കി അതിൽ വെച്ചിരിക്കുകയാണ്. രണ്ടു മൂന്ന് ദിവസത്തിനുള്ളിൽ മരത്തട്ടിന്റെ തിണ്ടിൽ കയറി നിന്ന് റേഡിയോ ഓഫാക്കാനും ഓണാക്കാനും അനന്തു പഠിച്ചു.

മർഫി റേഡിയോയിൽ നിന്നുള്ള പാട്ടുകൾ പടിഞ്ഞാറേലേ കുമാരേട്ടന്റെ ഫിലിപ്സ് റേഡിയോയിൽനിന്നുള്ള പാട്ടുകൾ തന്നെയായിരുന്നു.

വല്ല്യേട്ടൻ പോയതിനുശേഷമാണ് അനന്തു വലിയൊരു കാര്യം മനസ്സിലാക്കിയത്. ചേട്ടൻ തന്നോട് വർത്തമാനമൊന്നും പറഞ്ഞില്ലെന്ന്. കൂട്ടുകാരോടൊക്കെ നല്ലപോലെ വർത്തമാനം പറയുന്നുണ്ട്. അവന്റെ മാഷ്മാരും അങ്ങനെത്തന്നെയാണ്.

അവർ പഠിക്ക്... എഴുത്...തല്ലു കൂടരുത്...വർത്തമാനം പറയരുത്... എന്നിങ്ങനെ മാത്രമേ പറയൂ.

മാഷ്മ്മാർ ടീച്ചർമാരോട് ചിരിച്ചുകൊണ്ട് വർത്തമാനം പറയുന്നതുപോലെ കുട്ടികളോട് പറയാറില്ല.

അനന്തു വിചാരിച്ചു. അപ്പോൾ അതാണ് കാര്യം. ഒരേ പ്രായത്തിലുള്ളവരാണ് വർത്തമാനം പറയുക. ഞങ്ങൾ കുട്ടികളാണ്. കുട്ടികൾ മാത്രം.

അപ്പോൾ ഇനി വലുതായിട്ട്, ചേട്ടനോളം വലുതായിട്ട് വർത്തമാനം പറയാം.

ജനാലകളില്ലാത്ത ക്ലാസ്മുറികൾ

അപ്പോഴാണ് കളിരഹസ്യം പിടി കിട്ടുക. എന്തിനാണ് ജനാല കളില്ലാത്ത ക്ലാസ്മുറികൾ ഉണ്ടാക്കുന്നതെന്നറിയുക.

അനന്തുവിന്റെ ക്ലാസ്സ്, ഓഫീസ് റൂമിന്റെ തൊട്ടടുത്താണ്. പ്രാർത്ഥ നയുടെ സമയത്തും ഒന്നാമത്തെ പിരീയഡിലും ഹെഡ്മാഷ് ഓഫീസ് റൂമിലുണ്ടാകും. മാഷ്ടെ കൈയിൽ ചൂരലുണ്ട്. റൂമിലെ ഒരു മൂലയ്ക്ക് അഞ്ച് ചൂരലുകൾ ചാരിവെച്ചിട്ടുണ്ട്. അനന്തു ഓഫീസ് റൂമിൽ പോകുമ്പോൾ അത് കണ്ടിട്ടുണ്ട്.

ചോക്കെടുക്കാനാണ് അനന്തു ഓഫീസ് റൂമിൽ പോവുക. അനന്തു വിന്റെ ക്ലാസ്സ് മാഷ് വറീത് മാഷാണ്. ചിരിക്കാത്ത മാഷ്. ക്ലാസ്സിലെ ബോർഡിൽ ഒരു മൂലയിൽ ക്ലാസ്സ് മൂന്ന്, തിയതി എന്നിവ എഴുതേ ണ്ടത് അനന്തുവാണ്. മാഷ് വരുമ്പോഴേക്കും എഴുതണം. ബെഞ്ചിൽ കയറിനിന്ന് എത്തിച്ചുവേണം എഴുതാൻ.

തലേ ദിവസം എഴുതിയത് ആദ്യം മായ്ക്കണം. മായ്ക്കാൻ അനന്തുവിന് തുണിയുടെ ആവശ്യമില്ല. എപ്പോഴും നനവുള്ള കൈയാണ് അനന്തുവിന്റേത്.

രണ്ടാം ക്ലാസ്സിൽവെച്ചാണ് അനന്തുവിന് അക്കാര്യം മനസ്സിലായത്. തന്റെ സ്ലേറ്റ് മായ്ക്കാൻ മഷിത്തണ്ട് വേണ്ട. കൈകൊണ്ട് മായ്ക്കു മ്പോൾ വെള്ളംകൊണ്ട് മായ്ക്കുന്നുപോലെ. ഇക്കൊല്ലം മുതൽ ബോർഡും മായ്ക്കലായി. കൂട്ടുകാരോട് പറഞ്ഞപ്പോൾ അവർക്ക് വിശ്വാസമായില്ല. തന്റെ കൈ തിരിച്ചും മറിച്ചും അവർ നോക്കി. പിന്നെ കൃത്യം കാണിച്ചുകൊടുത്തു. അവർ സ്ലേറ്റ് മായ്ക്കാൻ വെള്ളവും മഷിത്തണ്ടും കൊണ്ടു വരും. തനിക്കതിന്റെ ആവശ്യമില്ല.

വരാന്തയുടെ നടുവിലാണ് മൂന്നാം ക്ലാസ്സ്. സ്കൂളിന്റെ പടി മുതൽ മുറ്റത്തിന്റെ നടുവിൽ. മൂന്നാം ക്ലാസ്സിന്റെ വാതിൽക്കലാണ് ഹെഡ് മാഷ് നിൽക്കുക. മൂന്നാം ക്ലാസ്സ് തൊട്ട് അനന്തുവാണ് പ്രതിജ്ഞ ചൊല്ലിക്കൊടുക്കുന്നത്. വായിച്ചാൽ മതി.

പുസ്തകത്തിന്റെ ആദ്യപേജിൽത്തന്നെയുണ്ട്. വറീത് മാഷാണ് അവനെ ഏൽപ്പിച്ചത്. പ്രാർത്ഥന കഴിഞ്ഞാൽ മാഷുമാരുടെ മുന്നിൽ വന്ന് നിന്ന് പ്രതിജ്ഞ ചൊല്ലും. കുട്ടികൾ നിർത്തി നിർത്തി പറഞ്ഞുകൊടുക്കണം. കുട്ടികൾ കൂട്ടത്തോടെ ഏറ്റ് പറയും. അത് കഴിഞ്ഞ് മൂന്നാം ക്ലാസ്സ് വരിയിൽ പോയി നിന്ന് 'ജനഗണമന...' കൂട്ടത്തോടെ പാടി അവസാനിപ്പിക്കും.

വറീത് മാഷ് ക്ലാസ്സിൽ വരുന്നതുവരെ കുട്ടികൾക്ക് സർക്കസ്സാണ്. ബെഞ്ചിൽ ചാടി മറിയുകയും മറ്റും. ചിലപ്പോൾ ബെഞ്ചിന്റെ കാലിളകി മറിഞ്ഞു വീഴും. അപ്പോൾ ക്ലാസ്സിൽ വരുന്ന മാഷ്ടെ ചോദ്യം.

''ആരാടാ ബെഞ്ച് മറിച്ചിട്ടേ?'' വറീത് മാഷുടെ ചോദ്യം.

ആരും ഒന്നും മിണ്ടിയില്ലെങ്കിൽ അനന്തുവിനോടായിരിക്കും മാഷ് അവസാനം ചോദിക്കുക. മിക്കവാറും മോഹനൻ, സഹദേവൻ, ജോസ് എന്നിവരായിരിക്കും. എന്നാലും പറയില്ല. മാഷ് തന്നോട് ചൂരൽ എടുത്തുകൊണ്ടുവരാൻ പറയും. അനന്തു പേടിച്ച് വിറച്ച് ഓഫീസ് മുറിയിൽ പോയി ചൂരൽ എടുത്തുകൊണ്ടു വരും. മാഷ് അത് വാങ്ങി മേശപ്പുറത്ത് വെക്കും. ആരെയും അടിക്കില്ല.

''നല്ല അടി കിട്ടും.''

മാഷ് അങ്ങനെ പറഞ്ഞാൽ മാത്രം മതി, എല്ലാവരും മിണ്ടാപ്രാണികളായി ചുരുങ്ങും.

എന്നാൽ അത് ഉച്ചവരെ മാത്രം. പിന്നെയും പഴയ കളിതന്നെ.

വേറൊരു കളിയുണ്ട്.

ക്ലാസ്സ് മുറികൾക്കൊന്നിനും വാതിലോ ജനൽപ്പാളികളോ ഇല്ല. വലിയൊരു കള്ളി വിടവാണ്. പിൻവശത്താണ് ജനൽ. ജനലിന്റെ താഴെ കളിക്കാനുള്ള ഗ്രൗണ്ടാണ്. ഓടിക്കളിക്കലും പന്തു കളിക്കലും അവിടെയാണ്. ജനലിന്റെ രണ്ടടി താഴെ. മൂന്നാം ക്ലാസ്സ് ഒരുപടി മേലെയായതുകൊണ്ട് മൂന്നടി ഉയരമുണ്ട് ഗ്രൗണ്ടിൽനിന്നും ജനലിലേക്ക്.

ഉച്ചയ്ക്കും നാലുമണിക്ക് വിട്ടാലും വിരുതന്മാരുടെ പണി ജനൽച്ചാടലാണ്. ജനൽത്തിണ്ണയിൽ ആദ്യം കയറിനിൽക്കും. ഒരാൾ സ്റ്റാർട്ട് എന്ന് പറയുമ്പോൾ മറ്റേയാൾ ചാടും. വിരുതന്മാർക്കൊന്നും പരിക്ക് പറ്റാറില്ല. ആദ്യമായി ചാടുന്നവർ കമിഴ്ന്നടിച്ച് വീഴാറുണ്ട്. പക്ഷേ ആരും കാണാതെ ട്രൗസറിലും ഷർട്ടിലും പറ്റിയ മണ്ണ് തട്ടിക്കളഞ്ഞ് എണീക്കും.

അഞ്ചാറ് മാസം കഴിഞ്ഞപ്പോഴേക്കും എല്ലാവർക്കും ജനൽച്ചാട്ടം അറിയാമെന്നായി അനന്തുവിനൊഴികെ. ഒരു ജനലിലൂടെ ചാടും. മറ്റേ ജനലിലൂടെ കയറും. മറ്റേ ജനലിലൂടെ കയറിയവൻ വീണ്ടും ചാടാൻ തയ്യാറായി വരിയിൽ നിൽക്കും. വീണിട്ട് പേടിച്ച് മാറി നിൽക്കുന്നവരെ കളിയാക്കും. അതുകൊണ്ട് മിക്കവാറും എല്ലാവരും ചാടാൻ പഠിച്ചു. ആരും മാറി നിൽക്കാറില്ല.

അനന്തുവിന് ആ കളി തീരെ ഇഷ്ടമില്ല. കാരണം സ്കൂളിലെ മുറിയിൽനിന്നും പുറത്തേക്ക് വരേണ്ടത് ജനലിലൂടെയല്ല വാതിലിലൂടെയാണ് എന്ന് അവനറിയാം. രണ്ടാമത് അത് അപകടകരമായ കളിയാണ്. വീണ് കാലോ കൈയോ മുറിഞ്ഞാലോ...

അനന്തുവിന് പേടിയാണ്.

എന്നിട്ടും ഒരു ദിവസം സഹദേവൻ നിർബന്ധിച്ചപ്പോൾ അനന്തു വലിഞ്ഞു കേറി നിന്നു. ആരോ അവനെ പുറത്തേക്ക് തള്ളിയിട്ടു.

'പ്ഠോ...' അനന്തു ഗ്രൗണ്ടിലേക്ക് വീണു.

കൈ കുത്തിയെങ്കിലും കൈ പൊട്ടി.

മുട്ട് പൊട്ടി.

തൊലി പോയി.

അവന് വേദനയും സങ്കടവുമായി.

മോഹനനാണ് അത് ചെയ്തത്. അവനേ അങ്ങനെ ചെയ്യൂ.

അവന്റെ ചേട്ടൻ വാസു നാലാം ക്ലാസ്സിലെ തോറ്റ് തോറ്റ് തൊട്ടപ്പനാണ്. അവനെ ബാക്കിയുള്ളവർക്ക് പേടിയാണ്.

പിന്നെ മോഹനന് തന്നോട് അസൂയയാണ്. ബോർഡെഴുതുന്നതിനും ചൂരൽ കൊണ്ടുവരുന്നതിനും മറ്റും അനന്തുവാണല്ലോ പോകുക.

അനന്തു എഴുന്നേറ്റ് ക്ലാസ്സിൽ വന്നിരുന്നു. കുട്ടികൾ ചാട്ടം തുടരുന്നുണ്ട്. ചെറിയ പൊട്ടലൊന്നും അവർക്ക് പ്രശ്നമല്ല.

അനന്തുവിന് വേദനിച്ചിട്ട് വയ്യായിരുന്നു.

തുപ്പലുകൊണ്ട് മുറിഞ്ഞിടം തൊട്ടു പുരട്ടി.

എന്നാലും നീറുന്നുണ്ട്. അവൻ ഊതിയൂതി ഇരുന്നു.

പെൺകുട്ടികൾ കൂട്ടംകൂടി ഇറയത്തോ മൂലയിലോ മദിരാശിയുടെ കടയ്ക്കലോ കൂട്ടം കൂടി നിൽക്കുകയോ ഇരുന്ന് വർത്തമാനം പറയലാണ് പണി.

തന്റെ ഇരിപ്പ് കണ്ട് മേരി അടുത്തു വന്നു. അനന്തുവിന്റെ ക്ലാസ്സിലാണ് മേരി.

അവൾ അനന്തുവിന്റെ അടുത്ത് വന്ന് ചോദിച്ചു.

''വേദനയുണ്ടോ? ആരാ ഉരുട്ടിയിട്ട്യേ?''

അനന്തു ഒന്നും പറഞ്ഞില്ല.

എന്നാൽ സഹദേവൻ ഉറക്കെ വിളിച്ചു പറഞ്ഞു.

''മോഹനനാ...''

താൻ രക്ഷപ്പെടാൻ വേണ്ടി പറഞ്ഞതാണ്.

മേരി സാരല്യാ എന്ന് പറഞ്ഞ് പോയി.

ക്ലാസ്സ് കഴിയാൻ നേരത്താണ് വറീത് മാഷ് കയറി വന്നത്. കൈയിൽ ചൂരലുണ്ട്.

''ആരാടാ ഇവനെ തള്ളിയിട്ടത്, മോഹനൻ ഇവിടെ വാ....''

മോഹനൻ പേടിച്ച് പേടിച്ച് ചെന്നു.

''കൈ നീട്ടടാ... നിന്നോട് കുറുമ്പ് കാട്ടരുതെന്ന് പറഞ്ഞിട്ടില്ലേ?''

''ട്ടെ...''

അവന്റെ കൈയിൽ അടി വീണു.

അവൻ വേദനകൊണ്ട് കൈ തിരുമ്മി.

മാഷ് തിരിച്ചുപോയി.

അനന്തു വിചാരിച്ചു,

മേരി പറഞ്ഞുകൊടുത്തതായിരിക്കും,

അല്ലെങ്കിൽ എങ്ങനെ അറിയാനാ?

ക്ലാസ്സ് കഴിഞ്ഞപ്പോൾ മോഹനൻ അടുത്തു വന്ന് ഭീഷണിപ്പെടുത്തി.

''ഞാൻ ചേട്ടനോട് പറയും.''

വാസു അറിഞ്ഞാൽ സംഗതി കുഴപ്പമാണ്. അടിക്കാരനാണ്.

അനന്തു അന്ന് ഉറങ്ങിയില്ല.

ഒരു ഭീഷണി.

അതിന് എന്താണ് പരിഹാരം?

അത് മാത്രമായിരുന്നു അനന്തുവിന്റെ ചിന്ത.

തോർത്തുമുണ്ടും മീൻപിടിക്കലും

പറമ്പുകൾ എന്തിനാണ്? ചില കൂട്ടുകൾക്ക്.
പിന്നെ ചില പേടികൾക്ക്. ചില ഭീഷണികൾക്ക്.

അനന്തുവിന് വടക്കേ പറമ്പുണ്ട്. എന്തിനാണെന്നോ, അനന്തുവിന്റെ പശുവിന്. പശുക്കുട്ടിയെ തീറ്റിക്കാൻ. അതാണിപ്പോൾ അമ്മ അനന്തുവിനെ ഏൽപ്പിച്ച പുതിയ പണി. സകൂൾ വിട്ടു വന്നാൽ പശുക്കുട്ടിയെ തീറ്റുന്നതോടൊപ്പം വടക്കേ പറമ്പിൽ വീണു കിടക്കുന്ന കശുവണ്ടി പെറുക്കിക്കൂട്ടണം. വീട്ടിൽനിന്നും കൊള്ളി പുഴുങ്ങിയത് വയറു നിറച്ച് തിന്നതിനുശേഷം പശുക്കുട്ടിയെ അഴിച്ച് വടക്കേ പറമ്പിലേക്ക് പോകും. കൂടെ ചിലപ്പോൾ ഗീതുവും ചന്ദ്രുവും കൂടും.

അനന്തുവും വെട്ടുകാട്ടിലെ ചന്ദ്രുവും ഇപ്പോൾ നാലാംക്ലാസ്സിലാണ്. വടക്കേതിലെ ഗീത രണ്ടാം ക്ലാസ്സിലും.

മൈതാനം കടന്ന് വടക്കോട്ട് പോണം. പറമ്പിലേക്ക് മുള്ളുകൊണ്ട് ഒരു വേലിയുണ്ടായിരുന്നു ആദ്യം. ഇപ്പോൾ അതൊക്കെ ആരോ പറിച്ചെറിഞ്ഞു. ആർക്കു വേണമെങ്കിലും ആ പറമ്പിലേക്ക് ഇപ്പോൾ കടക്കാം. അതുവഴി പാലക്കാട്ടേക്കും വെട്ടുകാട്ടിലേക്കും പോകാമത്രെ.

ഞങ്ങൾ ഓരോ വർത്തമാനം പറഞ്ഞ് അങ്ങനെ കശുമാവിൻ ചോട്ടിലേക്ക് നടക്കും. പശുക്കുട്ടിയെ പുല്ലുള്ളിടത്ത് കെട്ടിയിടും. കശുവണ്ടി പെറുക്കുക മാത്രമല്ല ചിലപ്പോൾ തോട്ടിയെടുത്ത് കശുമാങ്ങ പൊട്ടിക്കാറുമുണ്ട്. പഴുത്തതാണെങ്കിൽ തിന്നും. പച്ച ദൂരെ കളയും. കശുവണ്ടി മാത്രം ഉരിഞ്ഞ് ഞങ്ങളുടെ കൈയിലുള്ള സഞ്ചിയിലിടും.

അന്നൊരു ദിവസം വെയിലാറിയിരുന്നു. ഇരുട്ട് പരന്നിരുന്നു. അനന്തുവും ചന്ദ്രുവും തോളിൽ കൈയിട്ട് നടക്കുമ്പോൾ അനന്തു ചന്ദ്രുവിനെ അറിയാതെ കെട്ടിപ്പിടിച്ചു. അപ്പോഴാണ് ഇരുട്ടിലൂടെ

ആരോ നടന്നുവരുന്നത് കണ്ടത്. അത് വാസുവായിരുന്നു. വാസു നേരേ അനന്തുവിന്റെ അടുത്തേക്കാണ് ചെന്നത്.

വാസു വന്ന ഉടനെ അനന്തുവിനോട് പറഞ്ഞു.

''ഞാൻ പറഞ്ഞുകൊടുക്കും.''

എന്ത് എന്ന് ചോദിക്കണമെന്നുണ്ട്. പക്ഷേ വാസുവാണ്. അനന്തുവിന്റെ നാവ് പൊങ്ങിയില്ല.

''ഞാൻ എല്ലാരോടും പറഞ്ഞുകൊടുക്കും മാഷോടും.''

വാസു പിന്നെയും അമർത്തി പറഞ്ഞു.

അപ്പോഴാണ് അനന്തുവിനും ചന്ദ്രുവിനും അവരെന്തോ തെറ്റ് ചെയ്തു എന്ന തോന്നലുണ്ടായത്.

''ഓ, ഞാനും ചന്ദ്രുവും കെട്ടിപ്പിടിച്ചത്, തോളിൽ കൈയിട്ട് നടന്നത്...''

അതാണോ വാസു പറഞ്ഞുകൊടുക്കാൻ പോകുന്നത്? അനന്തു വിചാരിച്ചു.

ആയിരിക്കും. എന്നാൽ അതാലോചിച്ചപ്പോൾ അനന്തുവിന് അൽപ്പം പേടി തോന്നി. വാസുവാണ്. വെറും പറച്ചിലുകാരനല്ല. അവൻ തീർച്ചയായും മാഷോട് പറയും. അന്ന് മോഹനനെ തല്ലുകൊള്ളിച്ചതിന്റെ ദ്വേഷ്യം തീർക്കും. അപ്പോൾ അനന്തുവിന് തോന്നി. എങ്ങനെയെങ്കിലും വാസൂനെ വശത്താക്കിയേ പറ്റൂ.

കശുവണ്ടി പെറുക്കിക്കൂട്ടിയതു മുഴുവൻ വാസൂന്റെ മുന്നിലേക്കിട്ടുകൊടുത്തു. എന്നിട്ട് പറഞ്ഞു.

''ഇത് മുഴുവൻ എടുത്തോ, ആരോടും പറയരുത്. മാഷോടും പറയരുത്.''

ചന്ദ്രുവും വിഷമിച്ചു നിൽക്കുകയാണ്. അപ്പോഴേക്കും ഗീതു എത്തി. അവർക്ക് വീട്ടിലേക്ക് പോകാൻ നേരമായി.

വാസു കശുവണ്ടി മുഴുവൻ വാരിയെടുത്ത് വീട്ടിലേക്ക് പോയി. അനന്തു വിചാരിച്ചു. ഇനി അമ്മയോട് നുണ പറയേണ്ടി വരും. കശുവണ്ടി ഒന്നും കിട്ടിയില്ല എന്ന്. അമ്മ അത് വിശ്വസിക്കുമോ ആവോ...

പിന്നീടുള്ള ദിവസങ്ങളിലൊന്നും വാസൂനെ കണ്ടില്ല. വാസു വരാറില്ല. എങ്കിലും അനന്തുവിന്റെ പേടി മാറിയില്ല.

മാഷോട് എന്തായിരിക്കും അവൻ പറയുക?

അനന്തുവും ചന്ദ്രുവും കെട്ടിപ്പിടിച്ചെന്നോ?

തോളിൽ കൈയിട്ട് നടന്നെന്നോ?

അതിനെന്താണ്?

ഞങ്ങൾ കൊച്ചുകുട്ടികളല്ലേ?

അന്ന് ചക്രക്കഴയിലെ തോട്ടിലെ കുളത്തിൽനിന്നും പൊടിമീൻ പിടിക്കുമ്പോ തോർത്തുമുണ്ട്കൊണ്ട് അരിപ്പപോലെ പിടിച്ച്, പൊടി മീനുകളെ പിടിച്ചപ്പോ, ഞങ്ങൾ പരസ്പരം തോളോട് തോള് ചേർന്നാണല്ലോ മുണ്ട് പിടിച്ചത്? രണ്ടുപേരും തോർത്ത് മുണ്ട് ഒഴുകി വരുന്ന വെള്ളത്തിൽ താഴ്ത്തിപ്പിടിക്കും. മീനുകൾ അതിലെത്തിയാൽ പെട്ടെന്ന് രണ്ടുപേരും കൂട്ടിപ്പിടിക്കണം. അപ്പോഴൊക്കെ രണ്ടുപേരും കൂട്ടിമുട്ടും. മുണ്ട് തുറന്ന് നോക്കുമ്പോഴേ മീനുണ്ടോ ഇല്ലയോ എന്നറിയാൻ പറ്റൂ.

പിന്നെന്തൊക്കെ കളികൾ..

ചോറും കൂട്ടാനും വെച്ചു കളിക്കുമ്പോൾ ഒരുമിച്ചായിരുന്നില്ലേ? നുറുക്കുന്നത്, കായകൾ വേവിക്കുന്നത്, പ്ലാവിലയിൽ വിളമ്പുന്നത്, കഴിക്കുന്നത്....അങ്ങനെയങ്ങനെ...

എന്നാൽ വാസു പറഞ്ഞത് വെച്ച് നോക്കുമ്പോൾ ഇപ്പോൾ അതെല്ലാം തെറ്റാണ്. അനന്തുവിന് അതൊന്നും മനസ്സിലായില്ല. ഒരു പിടിയും കിട്ടിയില്ല.

നാലാക്ലാസ്. ഹെഡ്മാഷ് ആന്റോമാഷാണ്. ആ ക്ലാസിന് മാത്രമേ ജനാലയും വാതിലുമുള്ളൂ. പുസ്തകം വെക്കാനും സ്ലേറ്റ് വെച്ചെഴുതാനും ഡെസ്കുണ്ട്.

ഓഫീസ് മുറിയിൽ കൊള്ളാത്ത വിലപിടിച്ച ചില പാത്രങ്ങൾ, അലമാര, നല്ല കസേരകൾ എന്നിവ ക്ലാസ്സിന് പിന്നിൽ നിരത്തിയിട്ടിട്ടുണ്ട്. ഇൻസ്പെക്ടർ വരുമ്പോൾ ഹാളിൽ വെക്കാനുള്ളവ. ആന്റോമാഷ് പ്രാർത്ഥന കഴിഞ്ഞാൽ ഒരു ക്ലാസ് എടുക്കും. പിന്നെ കുറെ കഴിഞ്ഞേ വരൂ. അപ്പോൾ ജനാല അടഞ്ഞു കിടക്കുകയാണെങ്കിൽ ക്ലാസ്സിൽ ഇരുട്ടാവും.

വാസു ഭീഷണിപ്പെടുത്തിയതിൽപ്പിന്നെ അനന്തു പെൺകുട്ടികൾ ഇരിക്കുന്ന ഭാഗത്തേക്ക് നോക്കാറില്ല. അതിൽ മേരിയുണ്ട്. ആന്റോ

മാഷ്ടെ മോള്. വാതിലടഞ്ഞു കിടക്കുകയാണെങ്കിൽ അനന്തു ഒറ്റയ്ക്ക് അവിടെയിരിക്കുകയില്ല.

വാസു കണ്ടാലോ...

മാഷോട് പറഞ്ഞാലോ...

പെൺകുട്ടികളെ നോക്കുന്നതും വാസുവിന്റെ കണ്ണിൽ കുറ്റമാണെങ്കിലോ...

മാഷ്ടെ മോളെയാണെങ്കിൽ പ്രത്യേകിച്ചും.

എന്തോ ഭാഗ്യത്തിന് വാസുവിനെ പിന്നെ കണ്ടിട്ടില്ല. നാലാം ക്ലാസ്സിൽ തോറ്റ് തോറ്റ് തൊപ്പിയിട്ട് നടക്കുന്നവനാണ്. അവനെ ഹാജര് എടുക്കുമ്പോൾ പേര് വിളിക്കാറില്ല. ഉപ്പുമാവ് വെക്കാൻ മാത്രമാണ് ഏൽപ്പിച്ചിട്ടുള്ളത്.

ആന്റോമാഷ് ഇംഗ്ലീഷാണ് കൂടുതലെടുക്കുക. എ, ബി, സി, ഡി, യൊക്കെ മൂന്നാം ക്ലാസ്സിൽ പഠിച്ചിട്ടുണ്ടെങ്കിലും വാക്കും വാചകവുമെല്ലാം നാലാം ക്ലാസ്സിലാണ്.

ആദ്യം മൂന്നോ നാലോ വാക്ക് ബോർഡിലെഴുതിയിടും. പിന്നെ എല്ലാവരും അത് കാണാപ്പാഠം പഠിക്കണം.

പി.ഇ.എൻ- പെൻ-പേന.

സി.എ.റ്റി- ക്യാറ്റ്-പൂച്ച

എന്നിങ്ങനെ

മാഷ് ഉച്ചയ്ക്ക് പോയാൽ സ്കൂൾ വിടുന്നതിന് മുമ്പ് പിന്നെയും വരും. പാടത്ത് നെല്ല് നോക്കാൻ പോകുന്നതാണ്. പണിയുന്ന സമയമാണെങ്കിൽ പാടത്ത് പണിയുകയും ചെയ്യും.

ക്ലാസ്സിൽ വന്നാൽ എല്ലാവരോടും സ്പെല്ലിംഗും വാക്കും പറയാൻ പറയും. ചിലരൊക്കെ തെറ്റിക്കും. അവർക്ക് നല്ല അടിയും കിട്ടും. പിന്നെ അവസാനമായപ്പോഴേക്കും ഇംഗ്ലീഷിൽ വാചകങ്ങളായി. അതും ഇതുപോലെ തെറ്റാതെ പറയണം. അത് തെറ്റിക്കുമ്പോഴും അടിതന്നെ അടി. പേടിച്ച് പഠിച്ച് അനന്തു അടിയിൽ നിന്നും രക്ഷപ്പെടാറുണ്ട്. പിന്നെ അമ്മ മാഷ്ടെ പാടത്ത് പണിക്ക് പോകുന്നതുകൊണ്ട് അനന്തുവിന് അറിയാം തന്നെ തല്ലൂല്ലാന്ന്.

അമ്മയുടെ കൂടെ മാഷ്ടെ വീട്ടിലും മെതിസ്ഥലത്തും പോകുമ്പോൾ മേരിയെ കാണാറുണ്ട്. വീണു കിടക്കുന്ന മാങ്ങ പെറുക്കിയെടുക്കുമ്പോൾ അവളും മാങ്ങ പെറുക്കാൻ കൂടാറുണ്ട്. മിണ്ടാറുമുണ്ട്.

എന്നാൽ സ്കൂളിൽ എത്തിക്കഴിഞ്ഞാൽ പിന്നെ മിണ്ടില്ല. അത് മേരിയോടെന്നല്ല ആരോടും.

ഒരുവിധം നാലാം ക്ലാസ്സ് കഴിഞ്ഞു.

അഞ്ചാംക്ലാസ്സ് പറപ്പൂക്കരയിലാണ്. വാസു പിന്നെയും തോറ്റു. പരീക്ഷ എഴുതിയില്ല. അപ്പോൾപ്പിന്നെ ജയിക്കില്ലല്ലോ.

വാസുവിന്റെ ശല്യം തീർന്നു.

ഭീഷണി ഒഴിവായി.

പക്ഷേ മേരിയെ മാഷ് പുതുക്കാട് സ്കൂളിൽ ചേർത്തു.

മഴയും പുല്ലും

ചില ഓട്ടങ്ങളുണ്ട്. ഓടിത്തളരാനല്ല. ജീവിക്കാനുള്ള ശക്തി ലഭിക്കാൻ.

അങ്ങനെയാണ് അനന്തു വിശപ്പിന് ഓട്ടത്തിനോളം ശക്തിയുണ്ടെന്ന് അറിഞ്ഞത്. ഓടുമ്പോഴും ഒന്ന് മാത്രമായിരുന്നു ചിന്ത. കഞ്ഞി. പറപ്പൂക്കര സ്കൂളിൽ ചേർന്നതിന് ശേഷം വീട്ടിലേക്കുള്ള തിരിച്ചു വരവ് നടക്കലല്ല, ഓട്ടമാണ്. കൂട്ടത്തിൽ ഒന്നുരണ്ട് പേരുണ്ട്. എന്നാലും മുന്നിൽ അനന്തുവാണ്. കാരണമെന്തെന്നല്ലേ...

വിശപ്പ്.

അവിടെ ചേർന്നതിൽപ്പിന്നെ ഉപ്പുമാവില്ല. ചേച്ചിയും ചേട്ടന്മാരും ചോറ് കൊണ്ടുപോകാത്തതുകൊണ്ട് അനന്തുവും കൊണ്ടുപോകുന്നില്ല. രാവിലെ വയർ നിറച്ച് കഞ്ഞിയും കൊള്ളി വേവിച്ചതും കഴിച്ച് സ്കൂളിൽ പോകും. കളിച്ചും ചിരിച്ചും സാവധാനമാണ് നടന്നുപോകുന്നത്. അപ്പോഴേക്കും മീറ്റിങ് തുടങ്ങിയിട്ടുണ്ടാകും. പ്രാർത്ഥനയ്ക്കും പ്രതിജ്ഞയ്ക്കും ഈ സ്കൂളിൽ മീറ്റിങ് എന്നാണ് പറയുക.

രാവിലെ ക്ലാസ്സുകൾ ഓരോന്നായി കഴിയുമ്പോഴേക്കും വയറ്റിലൊരു പരവേശം തുടങ്ങും. ഉച്ചയ്ക്ക് ബെല്ലടിച്ചാലുടനെ അടുത്ത വീട്ടിലെ കിണറ്റിൻ കരയിലേക്കോടും. വെള്ളം കോരിക്കുടിക്കുകയാണ് ലക്ഷ്യം. വേറെയും കുട്ടികളുണ്ട്. വെള്ളം കുടിക്കാൻ പോകുന്നവർ.

കിണറ്റിൻകരയിലെത്തുമ്പോൾ വലിയ തിരക്കാണ്. പലരും അടികൂടും. അവർക്ക് ചോറുണ്ട പാത്രം കഴുകാനാണ്. ഒരു ബക്കറ്റിൽ വെള്ളം കോരിവെച്ചിട്ടുണ്ടാകും. അതിൽ നിന്ന് വെള്ളമെടുത്താണ് കുട്ടികൾ പാത്രം കഴുകുക.

അവർ പാത്രം കഴുകുന്നതിനോ ചോറുണ്ണുന്നതിനോടോ അനന്തുവിന് വിരോധമില്ല. എന്നാൽ അക്കാര്യം വേഗം വേണമെന്നേയുള്ളൂ. കുറെ നേരമെടുത്ത് വിഷമിപ്പിക്കരുതെന്നേയുള്ളൂ. ആ ബക്കറ്റിട്ട് വെള്ളം കോരണം. എന്നാലേ ഞങ്ങൾ- വെള്ളം കുടിച്ച് വിശപ്പ് മാറ്റുന്നവർക്ക്-വെള്ളം കുടിക്കാൻ പറ്റൂ. അവിടെ കൂടുതൽ പെൺകുട്ടികളാണ്. അതുകൊണ്ടാണ് അനന്തു മിണ്ടാതെ നിൽക്കുന്നത്. അവർ ഒഴിഞ്ഞ് പോകുന്നതുവരെ കാത്തുനിൽക്കും. ചിലപ്പോൾ മൂന്ന് മണിക്ക് ഇൻർവെല്ലിന് ബെല്ലടിക്കുന്നതുവരെ കാത്തുനിൽക്കേണ്ടി വരും.

നാല് മണിക്ക് ക്ലാസ്സ് കഴിഞ്ഞ ഉടനെ വീട്ടിലേക്കോടും. അവിടെ ചേച്ചി കഞ്ഞി വിളമ്പിവെച്ചിട്ടുണ്ടാകും. കൂടെ കൊള്ളി പുഴുങ്ങിയതും.

''വേഗം കുടിച്ച് അമ്മയ്ക്ക് ഈ കാപ്പി കൊണ്ടുപോയി കൊടുത്തേ...''

അതൊന്നും കേട്ടെന്ന് നടിക്കാതെ ഒരു കിണ്ണം കഞ്ഞിയും രണ്ട് കഷണം കൊള്ളിയും വേഗം വേഗം അകത്താക്കും.

ഷർട്ടൂരിയിട്ട് കാപ്പിപ്പാത്രമെടുത്ത് പാടത്തേക്ക് നടന്നു. കോളിലെ പാടത്താണ് അമ്മ എന്ന് അറിയാം.

മുട്ടോളം വലിപ്പമുള്ള നെല്ലിന്റെ കടയിലുള്ള പുല്ല് ചേറിൽ നിന്നും വലിക്കലാണിപ്പോൾ അമ്മയുടെ പണി. പുല്ല് വലിച്ചെടുത്ത് ഒന്ന് കെട്ടി പിടിയായി വരമ്പിലേക്ക് എറിയും. കണ്ണെത്താദൂരത്തോളം പച്ചപ്പുള്ള പാടവരമ്പത്തൂടെ, മഴ പെയ്ത ചളിയിൽ ചവിട്ടി നടക്കുമ്പോൾ സൂക്ഷിക്കണം. ഒരടി തെറ്റിയാൽ കണ്ടത്തിലേക്ക് മറിഞ്ഞു വീഴും. അമ്മയ്ക്ക് കാപ്പി കൊടുത്ത് കഴിഞ്ഞിട്ട് വീണാലും കുഴപ്പമില്ല.

അനന്തു ഉറക്കെ അമ്മയെ വിളിച്ചു.

അമ്മ നടു ഉയർത്തി നിന്നു. അൽപ്പനേരം അമ്മയുടെ നടു നിവരുന്നതുവരെ അങ്ങനെ നിൽക്കണം. എന്നിട്ടേ വരമ്പത്തേക്ക് വരൂ.

''മോൻ പോകുമ്പോൾ ഈ പുല്ല് കൊണ്ടുകൂടെ പൊയ്ക്കോ.''

ചേറ്വെള്ളമൊലിക്കുന്ന പുല്ലുകെട്ട് ഒരു ചുമടാക്കി അമ്മ തലയിൽ കെട്ടിവെച്ചു തന്നു.

''മഴ വരുന്നുണ്ട്, വേഗം പൊയ്ക്കോ.''

പുല്ല് തലയിൽ വെച്ച് കോള് കേറി കൃഷ്ണൻകുട്ടിച്ചേട്ടന്റെ പറമ്പ് കേറുമ്പോഴേക്കും മഴ തുടങ്ങി. വേഗം നടന്നു. മഴവെള്ളം മാത്രമല്ല പുല്ലിൽ നിന്നുള്ള ചേറും വെള്ളവും മുഖത്തൂടെ ഒലിക്കുന്നുണ്ട്. കണ്ണിലേക്ക് വരുന്നത് വടിച്ച് കളയുന്നുണ്ട്. കണ്ണ് കാണണ്ടേ?

പറമ്പിന്റെ ഏറ്റവും താഴെത്തട്ടിൽനിന്ന് രണ്ടാമത്തെ തട്ടിൽ കേറി. അവിടെ ഒരു കിണറുണ്ട്. ചുറ്റും കാടാണ്. അനന്തു ദൂരത്തൂടെ വളഞ്ഞു ചുറ്റിയാണ് കിണറ് കടക്കുക. അത്രയ്ക്കും ആഴമുണ്ട് കിണറിന്. ഒരിക്കൽ മാത്രം എത്തിനോക്കിയിട്ടുണ്ട്. വെള്ളം കാണാത്തതുകൊണ്ട് കല്ലിട്ട് നോക്കിയിട്ടുണ്ട്. അത് വെള്ളത്തിൽ വീഴുന്ന ശബ്ദം കേൾക്കാനില്ലായിരുന്നു.

പറമ്പ് കഴിഞ്ഞ് നടവഴിയിലെത്തി. പറമ്പിലുള്ള കശുമാവിന്റെ വേരുകൾ വഴിക്ക് കുറുകെ പൊന്തി നിൽക്കുന്നുണ്ട്. ശ്രദ്ധിച്ച് കവച്ച് വെച്ചില്ലെങ്കിൽ തടഞ്ഞു വീഴുമെന്ന് ഉറപ്പാണ്. പോരാത്തതിന് നല്ല കല്ലുകളും. മഴയത്ത് മേലേക്ക് ഉരുണ്ട് വരുന്ന കല്ലുകളാണ് വഴിയിൽ. നല്ല കൂർമ്മതയുമുണ്ട്. കാല് പൊട്ടും. പിന്നെ ഉന്തിയുന്തി നടക്കണം.

ഒരു കണക്കിനാണ് ഇടവഴിയും കഴിഞ്ഞ് മേലേ റോഡിലെത്തിയത്. പിന്നെ വീട്ടിലേക്ക് ഓടി. ചെന്നപാടെ കിഴക്കേ പുളിമരത്തിന്റെ കടയിൽ പുല്ല് കൊണ്ടിട്ട് തെങ്ങുംതടത്തിൽ ചെന്ന് കൈയും കാലും മുഖവും കഴുകി. കുളിച്ചുവെന്നുതന്നെ പറയാം. കാരണം നിറയെ ചളിയായിരുന്നു.

‘‘ആകെ നനഞ്ഞൂലോ, അവിടെയെങ്ങാനും കേറി നിന്നൂടാർന്നോ?’’

ചേച്ചി തോർത്ത് കൈയിൽ തന്നു. തല നന്നായി തോർത്തി. കൈയും മുഖവും തുടച്ച് ഇറയത്തേക്ക് വന്നു.

നല്ല മഴ.

മഴവെള്ളം ധാരധാരയായി ഓടിന്റെ ഓരോ ഇഞ്ച് വിട്ടിട്ടുള്ള ചാലിലൂടെ താക്കേ വീഴുന്നത് നോക്കിയിരുന്നു.

അച്ഛൻ വന്നിട്ടില്ല. അമ്മ കാപ്പിപ്പാത്രവും തൂക്കി മുറ്റത്തൂടെ കിഴക്കോട്ട് പോകുന്നത് കണ്ടു. ഇനി കിണറ്റിൻകരയിൽ ചെന്ന് മുണ്ടലക്കി കുളി കഴിഞ്ഞേ അടുക്കളയിലേക്ക് കയറുകയുള്ളൂ.

അപ്പോഴേക്കും ചേച്ചി വിളക്ക് കത്തിച്ച് ഇറയത്ത് കൊണ്ടുവന്ന് വെക്കും. പിന്നെ ഞങ്ങളുടെ, അതായത് എന്റെയും ജഗുവിന്റെയും പണിയാണ് നാമം എത്തിക്കൽ.

രാമ നാരായണാ...രാമ നാരായണാ...

രാമ നാരായണാ...രാമ നാരായണാ...

രാമ നാരായണാ... രാമ നാരായണാ...

രാമ നാരായണാ... രാമ നാരായണാ...

വേഗം ചൊല്ലി അവസാനിപ്പിക്കും. ഇത്രയും ചൊല്ലിയതുതന്നെ ബാക്കിയുള്ളവരെ ബോദ്ധ്യപ്പെടുത്താനാണ്. പിന്നെ പുസ്തകമെടുക്കും. അതിനിടയിലും അടുക്കളയിലേക്ക് നോക്കും. അമ്മ വന്നാലേ ചോറ് വിളമ്പൂ. അതുവരെ കോപ്പിയെഴുത്തും വായനയുമായി ഇരിക്കും. ചിമ്മിനിവിളക്കിന്റെ വെളിച്ചത്തിൽ വായിക്കുമ്പോഴാണ് കൂടുതൽ വിശക്കുക.

ചോറ് വിളമ്പിക്കഴിഞ്ഞാൽ ചേച്ചി വിളിക്കും. രാത്രി എല്ലാവർക്കും ചോറാണ്. അച്ഛനുള്ളത് ആദ്യം അകത്ത് കൊണ്ടുവന്ന് മൂടിവെക്കുന്നത് ചേച്ചിയുടെ പണിയാണ്. അച്ഛമ്മയ്ക്കുള്ളത് തെക്കേ ചായ്പ്പിൽ. ആ ജോലി ചിലപ്പോൾ അനന്തുവും ചെയ്യാറുണ്ട്.

പാവം അച്ഛമ്മ എപ്പോഴും കിടപ്പിലാണ്.

ഞങ്ങളെല്ലാവരും അടുക്കളയിൽ ഇരുന്നാണ് ഉണ്ണുക. ഞങ്ങൾക്ക് വെളുത്ത കവിടിപിഞ്ഞാണമാണ്. അച്ഛനും അച്ഛമ്മയ്ക്കും മാത്രമാണ് സ്വർണ്ണനിറത്തിലുള്ള ഓട്ടുകിണ്ണം. അവർക്ക് വേറെ വേറെ കൂട്ടാൻ പാത്രവുമുണ്ട്. ഞങ്ങൾ കൂട്ടാൻ ചോറിലൊഴിച്ചു കഴിക്കും.

ചോറുണ്ട് കൈ കഴുകി അനന്തു വേഗം വായിക്കാൻ കമിഴ്ന്ന് കിടന്നു. ഒരു ചിമ്മിനി തലയ്ക്കൽ. പായയിൽ രണ്ട് തലയണ വെച്ച് അനന്തുവും ജഗുവും കമിഴ്ന്ന് കിടന്ന് പുസ്തകം തലഭാഗത്ത് വെച്ച് വായിക്കും. സാധാരണ ജഗു ആദ്യം ഉറങ്ങും. വായന കഴിഞ്ഞാൽ അനന്തുവും.

അമ്മ എന്തിനോ വിളിക്കുന്നത് കേട്ടുണർന്നു.

‘‘മോനേ, വിറയ്ക്കുണ്ണ്ണ്ടല്ലോ.’’

‘‘ഊം.’’

അമ്മ ഒരു തുണികൊണ്ട് വന്ന് അനന്തുവിനെ മൂടിപ്പുതച്ച് കിടത്തി. നല്ല തണുപ്പ്.

വെളുപ്പിന് ജഗുവും അനന്തുവും വേറൊരു പായകൊണ്ട് മൂടിയാണ് പുതയ്ക്കുക. ഞങ്ങൾക്കാർക്കും പുതപ്പില്ല. അച്ഛനും അച്ഛമ്മയ്ക്കുമൊഴികെ.

അമ്മ നെറ്റി തൊട്ടു നോക്കുന്നുണ്ട്. ഒരു ചായയുണ്ടാക്കി കൊണ്ടു വന്ന് കുടിപ്പിച്ചു.

രാവിലെ തന്നെ അമ്മ വിളിച്ചു.

പശുവിനെ കറന്ന് പാല് കൈയിലുണ്ട്.

''വാ, തങ്കൻവൈദ്യരെ കാണിക്കണം. പനിക്കുന്നുണ്ട്.''

ഔസേപ്പ് വൈദ്യരാണ് വൈദ്യശാലയിൽ ഇരിക്കുന്നത്. അത് തുറക്കാൻ പത്ത് മണിയാകും. തങ്കൻവൈദ്യരെ അമ്മയ്ക്ക് വീട്ടിലേക്ക് വിളിക്കാം. അവിടെ അമ്മ പാടത്ത് പണിക്ക് പോകുന്നുണ്ട്.

അമ്മ രണ്ട് മൂന്ന് സ്ഥലത്ത് പാല് കൊണ്ട് കൊടുത്തു വന്ന് തങ്കൻവൈദ്യരെ വിളിച്ചു. വൈദ്യർ ചോദിച്ചു.

''എന്താ പണിക്കത്ത്യേരേ...''

''മോന് പനി.''

വൈദ്യര് വന്ന് തന്റെ നെറ്റി തൊട്ടു നോക്കി. തങ്കൻവൈദ്യർക്ക് അധികം പ്രായമൊന്നൂല്യ. വിജുച്ചേട്ടനേക്കാൾ ഇത്തിരി കൂടുതൽ.

''നല്ല പനിയുണ്ടല്ലോ. മോൻ നാവ് നീട്ടിയേൻ...''

അനന്തു നാവ് നീട്ടി. വൈദ്യര് കണ്ണ് താഴ്ത്തി നോക്കി. അകത്തേക്ക് പോയി. കുറച്ച് കഴിഞ്ഞപ്പോൾ മൂന്നാല് ചെറിയ പൊതിയുമായി വന്നു. അമ്മയുടെ കൈയിൽനിന്നും കുപ്പി വാങ്ങി അതിൽ നിറച്ച് ചുവന്ന് മരുന്നുമായി വന്നു. അമ്മയോട് തനിക്ക് മരുന്ന് തരുന്ന വിധവും പറഞ്ഞു.

''കുട്ടിയെ കൊണ്ടുപോയി വേഗം മരുന്ന് കൊടുക്ക്. കഞ്ഞിയും പപ്പടം ചുട്ടതും കൊടുത്താൽ മതി. കുളിപ്പിക്കരുത്. രാത്രി പനി കൂടിയാൽ ഒരു പ്രാവശ്യം കൂടി മരുന്ന് കൊടുക്കണം.''

അമ്മ അകത്ത് നിന്നും പരുങ്ങിയപ്പോൾ വൈദ്യര് വീണ്ടും പറഞ്ഞു.

''പണിക്കത്ത്യേര് വേഗം കുട്ടിക്ക് മരുന്ന് കൊടുക്ക്... ആദ്യം പനി മാറട്ടെ.''

അമ്മ അവിടത്തെ പാടത്തെ പണിക്ക് പോകുന്നതുകൊണ്ടാവാം കാശിന്റെ കാര്യം പറഞ്ഞതുമില്ല, ചോദിച്ചതുമില്ല.

വീട്ടിലെത്തിയപാടെ, അമ്മ ഔൺസ് ഗ്ലാസ്സിൽ ചോപ്പ് മരുന്ന്

ഒഴിച്ച് തന്നു. കുടിച്ച പാടെ അനന്തുവിന് ഒക്കാനം വന്നു. വയറ്റിൽ നിന്ന് മേലോട്ട് കയറി, അത് മുഴുവനും ഛർദ്ദിച്ചു.

''അയ്യോ, ഛർദ്ദിച്ചൂലോ... മരുന്ന് ഒന്നുകൂടി കഴിക്ക്...''

അമ്മ മൂന്ന് പൊതിയിലേയും മരുന്നുകൾ ഓരോന്നായി തന്നു. ഒന്ന് ചെറിയ മുത്തുമണി പോലുള്ളതാണ്. നല്ല മധുരമുള്ളതാണ്. അതുകൊണ്ടാവും ഛർദ്ദിച്ചില്ല.

അകത്ത് പോയി മൂടിപ്പുതച്ച് കിടന്നു.

''ഇതിനെ ഇനിയെങ്കിലും നോക്കണേ...ഇന്നലെ മഴ കൊണ്ടേന്റേയാണ്. അതിനെങ്ങന്യാ, ഒരു കൊടയെടുത്തുകൊട്ക്കാൻ ഇവിടെ ആരൂല്യാല്ലോ...''

അത് ചേച്ചിയോടാണ്. ചേച്ചിക്കറിയാം. ഉടനെ ചേച്ചി കിഴക്കേ ഇറത്തേക്ക് വലിയും.

അമ്മ നേരം വൈകീന്നും പറഞ്ഞ് പാടത്തേക്ക് പോയി. ചേച്ചിയും അച്ഛമ്മയും വന്നിരുന്ന് അനന്തുവിനെ വീശിത്തുടങ്ങി.

അമ്മ ഉച്ചയ്ക്ക് വന്ന് ഉണർത്തുന്നതും തൊട്ടു നോക്കുന്നതും അനന്തു അറിഞ്ഞു.

''ഭഗവതീ, കാത്തു. വിയർത്തിട്ടൊണ്ട്. ഇനി മാറിക്കോളും. ക്ടാവിന് മരുന്ന് എടുത്തു കൊടുക്കണം.''

അമ്മ ചേച്ചിയോട് വിളിച്ച് പറയുന്നത് അനന്തു കേട്ടു.

അമ്മ പോയപ്പോൾ ചേച്ചി തന്നെ എണീപ്പിച്ചിരുത്തി. എന്നിട്ട് ചോദിച്ചു.

''മോന് തല ചുറ്റണുണ്ടോ?''

''ഇല്ല.''

''എന്നാ ഈ കഞ്ഞി കുടിച്ചേ...''

ചേച്ചി കഞ്ഞിയും ചുട്ട പപ്പടവും തന്നു. പപ്പടം വറുത്തതായിരുന്നെങ്കിൽ നന്നായിരുന്നു. അനന്തു വിചാരിച്ചു വെറുതെ.

''ഇനി ഈ മരുന്ന് കൂടി കഴിച്ചേ...''

അമ്മ മരുന്ന് തരുന്ന മാതിരിത്തന്നെ ചേച്ചിയും തന്നു.

''കിടന്നോട്ടോ.''

ചേച്ചി പിന്നെയും പറഞ്ഞു.

''ക്ടാവിന് നല്ല ക്ഷീണമുണ്ട്.''

അച്ഛമ്മ അനന്തുവിന്റെ അടുത്തുനിന്നും മാറിയില്ല.

അനന്തുവിന്റെ പനി രണ്ട് ദിവസത്തിനകം മാറി.

''നാളെ കുറുമാലിക്കാവിൽ പോണം. പണപ്പായസം നേർന്നിട്ടുണ്ട്. വെറുതെയല്ല പനി വേഗം മാറീത്. മരുന്ന് മാത്രല്ല ഭഗവതീടെ ശക്തീണ്ട്.''

അനന്തുവിന് തോന്നി.

എന്തായാലും കുറുമാലിക്കാവിൽ പോകാല്ലോ.

ഭഗവതീനെ കാണേം ചെയ്യാം. അമ്മയുടെ മാത്രമല്ല അനന്തുവിന്റെയും ജഗുവിന്റെയും പ്രാർത്ഥനയുമുണ്ട്.

എല്ലാ ദിവസവും അനന്തുവും വിളക്ക് വെച്ച് പ്രാർത്ഥിക്കുന്നുണ്ടല്ലോ. രാമനാമം ചൊല്ലുന്നത് ഞങ്ങളാണല്ലോ. നാമം ചൊല്ലൽ പെട്ടെന്ന് അവസാനിപ്പിച്ചാൽ അടുക്കളയിൽനിന്നും അമ്മ വിളിച്ചു ചോദിക്കേം ചെയ്യും.

''ഇത്രവേഗം രാമനാമം ചൊല്ലുന്നത് തീർന്നോ?''

അപ്പോൾ നിർത്തിയേടത്തുനിന്നും വീണ്ടും തുടങ്ങും.

ചേച്ചി ചോറ് ഉണ്ണാൻ വിളിക്കുന്നതുവരെ.

അരമണിയും കാൽച്ചിലമ്പും

അതൊരു പേടിയായിരുന്നു. ഇല്ലാത്തതെല്ലാം ഉണ്ടെന്ന് തോന്നിപ്പിക്കുന്ന ഒരു തരം ഭയം.

അനന്തുവിന് അതൊരു വിശ്വാസമായിരുന്നു. കാരണവന്മാർ സൃഷ്ടിച്ചെടുത്തവ. കുറുമാലിക്കാവിലേക്ക് അനന്തു ഒരിക്കലേ പോയിട്ടുള്ളൂ. ഭരണിവേല കാണാൻ. അതും മൂന്ന് കൊല്ലം മുമ്പ്.

എല്ലാ കൊല്ലവും അയലോത്തുവീട്ടിലെപ്പോലെ അനന്തുവിന്റെ വീട്ടിലും അമ്പലത്തിൽ നിന്ന് പറ വെക്കാൻ വരും. അത് ഒരു വഴിപാടാണ്. വേലയ്ക്ക് രണ്ട് മൂന്നാഴ്ച മുന്നേ കുറുമാലിക്കാവിലെ വെളിപ്പച്ചാടും കൊട്ടുകാരും ചാക്കുകാരും പറ വെക്കുന്ന വീട്ടിലെത്തും.

വെളിച്ചപ്പാടിന്റെ വരവ് ദൂരെനിന്നു കേൾക്കാം.

അരയിൽ അരമണിയുടെയും കാലിൽ ചിലങ്കയുടെയും കൈയിലെ ചിലമ്പിന്റെയും ശബ്ദത്തിൽനിന്നും വെളിച്ചപ്പാടിന്റെ വരവുണ്ടെന്ന് അറിയാം. മാത്രമല്ല ചെണ്ടകൊട്ടുകാരുടെയും. ചെണ്ടയിൽ ഇടയ്ക്ക് ഒരു കൊട്ടു മാത്രമേ ഉണ്ടാവുകയുള്ളൂ.

പടി കടന്നു വരുമ്പോൾ അരമണിയും ചിലമ്പും കാൽത്തളയും ഒന്നുകൂടി ശക്തിയോടെ കിലുക്കും.

അത് ഭഗവതീടെ വരവാണ്.

സൂക്ഷിക്കണം എന്ന മുന്നറിയിപ്പ്.

അപ്പോഴേ മുറ്റം മെഴുകിയിട്ടുണ്ടാകും ചേച്ചി. ഒരു പറ നിറയ്ക്കും. അതിന് മുന്നിൽ ഒരു വിളക്കും കത്തിച്ചുവെച്ചിരിക്കണം.

വീട്ടിലെ എല്ലാവരും മുറ്റത്തിറങ്ങി നിൽക്കുകയും വേണം. അത് ഭഗവതിയെ വരവേൽക്കാനാണ്.

അമ്മയും ഞാനും ചേച്ചിമാരും അനന്തുവും ജഗുവും മുറ്റത്തിറങ്ങി അൽപ്പം പേടിയോടെ നിൽക്കും.

അച്ഛൻ സാധാരണ വരാറില്ല. അച്ഛമ്മ എല്ലാം കണ്ട് അവിടെ ഇരിക്കുന്നുണ്ടാവും. അച്ഛമ്മ നിൽക്കണമെന്നില്ല.

''വയ്യല്ലോ'' എന്ന് ഭഗവതിക്കും അറിയാവുന്നതല്ലേ.

മുറ്റത്തെത്തുമ്പോഴേക്കും വെളിച്ചപ്പാട് നടത്തം വേഗത്തിലാക്കും. മുറ്റത്തെത്തിക്കഴിഞ്ഞാൽ അകത്തേക്കും പുറത്തേക്കും മൂന്ന് ചാല് നടക്കും. അതും വേഗത്തിലാണ്. വലിയ ഗൗരവത്തിൽ. കണ്ടാൽ പേടി തോന്നും. അപ്പോൾ ചെണ്ടക്കാരും കൂട്ടമായി കൊട്ടും. കുഴല് വിളിക്കും. പിന്നെ അവിടമാകെ ചിലമ്പിന്റെയും തകിലിന്റെയും കൊട്ടിന്റെയും കുഴലിന്റെയും ചെണ്ടയുടെയും മേളമാണ്. ആകെ ഒരു ഉത്സവമേളം.

അപ്പോഴേക്കും വെളിച്ചപ്പാട് ഓടിത്തുടങ്ങിയിട്ടുണ്ടാകും. വീട്ടിനുള്ളിലേക്കും പുറത്തേക്കും മാറി മാറി ഓടും. ഉയർത്തിപ്പിടിച്ച വാൾ വാതിലിൽ മുട്ടാതിരിക്കാൻ പള്ളിവാൾ ശൂലം പോലെ നേരെ പിടിക്കും. അച്ഛമ്മ അവിടെ ഇരിക്കുന്നുണ്ടാവും. അച്ഛമ്മയോട് ഏതോ ഭാഷയിൽ എന്തൊക്കെയോ പറഞ്ഞ് പിന്നെയും പുറത്തേക്കോടും.

അനന്തു കണ്ണടച്ച് നിൽക്കും.

വഴിയിൽ നിൽക്കുന്ന ഞങ്ങൾ ഒരു വശത്തേക്ക് മാറി നിൽക്കും. അമ്മയോടും ചേച്ചിമാരോടും നേരത്തെ പറഞ്ഞ ഭാഷയിൽ എന്തൊക്കെയോ പറയും.

''നോം'' എന്ന വാക്ക് മാത്രം അനന്തുവിന് മനസ്സിലാവും.

ബാക്കി എന്താണ് പറയുന്നതെന്ന് മനസ്സിലാവാറില്ല. കല്പന പറയുന്നതാണെന്നാണ് ചേച്ചി പറയുന്നത്. അത് മലയാളത്തിലാണോ എന്ന് ചേച്ചിക്കും അറിയില്ല. മറ്റാർക്കെങ്കിലും അറിയുമോ എന്ന് അനന്തു ആരോടും ചോദിച്ചിട്ടുമില്ല.

അനന്തു വിചാരിക്കും ആ ഭാഷയിലാവും ഭഗവതി സംസാരിക്കുക എന്ന്.

തുള്ളൽ അവസാനിക്കാറാവുമ്പോൾ വിളക്കിന്നരികിലെ തുളസിയും ചെത്തിയും അരിയുമെടുത്ത് ഞങ്ങളുടെ നേർക്കും ചുറ്റും കൂടി നിൽക്കുന്ന മറ്റുള്ളവരുടെ നേർക്കും പിന്നെ വീട്ടിനുള്ളിലേക്കും എറിയും. പിന്നെ ആരെയും നോക്കാതെ സാവധാനം വാളും പിടിച്ച്

തൊഴുത് മടങ്ങും. അതോടെ കൊട്ട് നിലയ്ക്കും. പറയിലുള്ള നെല്ല് ചാക്കുകാര് ചാക്കുകളിലേക്ക് ചെരിക്കും. അത് കൊണ്ടുപോകും. അത് അമ്പലത്തിലേക്കുള്ളതാണ്.

എല്ലാ കളിസംഘങ്ങളും പോകുമ്പോൾ അനന്തുവും മറ്റ് കുട്ടികളും അതിന്റെ പിന്നാലെ പോകുന്നതുപോലെ, വെളിച്ചപ്പാട് സംഘത്തിന്റെ കൂടെ പോകാറില്ല. കാരണം ഒന്നേയുള്ളൂ. പേടി.

ഭഗവതിക്ക് എന്തൊക്കയോ ശക്തികളുണ്ട്. ഭഗവതിയുടെ ശക്തി കാണ്ടാണല്ലോ വെളിച്ചപ്പാട് തുള്ളുന്നതും ആർക്കും മനസ്സിലാകാത്ത ഭാഷയിൽ സംസാരിക്കുന്നതും.

പറവെപ്പിനു ശേഷം കുറച്ചു ദിവസം കൂടി കഴിഞ്ഞാൽ പിന്നെ ഭരണിവേലയായി.

രണ്ട് വർഷം മുമ്പ് അനന്തുവും വീട്ടുകാരും നടന്നാണ് കുറുമാലിക്കാവ് വരെ പോയത്. അവിടെയെത്തിയപ്പോൾ തിരക്കും ആൾക്കൂട്ടവും. ആനപ്പുറത്ത് കോലും വെഞ്ചാമരവും പിടിച്ച് പൂരവും. കാതടപ്പിക്കുന്ന ചെണ്ടകൊട്ട്. കുറെ ചെണ്ടക്കാർ ഒരുമിച്ചാണ് ചെണ്ട കൊട്ടുന്നത്. കൊമ്പുകാരും കുഴൽവിളിക്കാരും. വേറെയും വാദ്യക്കാർ. ആകപ്പാടെ ബഹളമയമായിരുന്നു.

നടക്കുന്നിടത്തെല്ലാം വളക്കാരും ബലൂൺകാരും പീപ്പിക്കച്ചവടക്കാരും പൊരിക്കച്ചവടക്കാരും നിറഞ്ഞിരിക്കുകയായിരുന്നു. തിങ്ങി നിറഞ്ഞ് നടക്കാനാവുമായിരുന്നില്ല. അമ്മയും ചേച്ചിമാരും കൈകോർത്താണ് നടന്നിരുന്നത്. വഴി തെറ്റാതിരിക്കാനും കൂട്ടം തെറ്റാതിരിക്കാനും.

കിഴക്കേ നടയിലെത്തിയപ്പോഴേക്കും തിരക്ക് കൂറെക്കൂടി കൂടിയിരുന്നു. അവിടെ നിന്നാണ് ഭഗവതിയെ തൊഴേണ്ടത്. എല്ലാവരും എത്തിച്ച് നോക്കി തൊഴുതു. അനന്തുവും.

അനന്തു പക്ഷേ മുന്നിലുള്ള ആൾക്കൂട്ടത്തെ മാത്രമേ കണ്ടിരുന്നുള്ളൂ.

അതിനടുത്ത് ആൽത്തറയോട് ചേർന്ന് സ്റ്റേജ് കെട്ടിയിട്ടുണ്ട്. അവിടെനിന്നാണ് മൈക്കിലൂടെ വിളിച്ചു പറയുന്നത് കേൾക്കുന്നത്.

വെടിവഴിപാട് ഒന്ന്...

വെടിവഴിപാട് രണ്ട്...

എവിടെനിന്നോ വെടിയൊച്ച കേൾക്കുന്നുണ്ടായിരുന്നു. അത് കേൾക്കാതിരിക്കാനോ അതോ അതിന്റെ അസഹ്യതയാലോ എല്ലാവരും ചെവി പൊത്തിപ്പിടിച്ചിട്ടുണ്ടായിരുന്നു.

ആ സ്റ്റേജിലാണ് വൈകുന്നേരം കലാപരിപാടികൾ നടക്കുന്നത്. വിജുച്ചേട്ടൻ അന്ന് മൈക്കിലൂടെ വിളിച്ചു പറയാനും ഗോപേട്ടൻ കഥാപ്രസംഗത്തിനും ഉണ്ടായിരുന്നു. പക്ഷേ രാത്രിയായതുകൊണ്ട് ഞങ്ങളാരും കാണാൻ നിന്നില്ല.

തിരിച്ചു വരുമ്പോൾ അമ്മ പൊരിയും തളവടയും വാങ്ങിച്ചിരുന്നു. ബലൂണോ പീപ്പിയോ കിട്ടിയാൽ നല്ലതായിരുന്നു എന്ന് വിചാരിക്കാറുണ്ടെങ്കിലും ഞങ്ങൾ ചോദിക്കാറില്ല. അമ്മ വാങ്ങിക്കാറുമില്ല.

അന്ന് ശരിക്കും കാണാൻ കഴിയാത്ത കുറുമാലിക്കാവിലേക്കാണ് ഇന്ന് പോകുന്നത്.

രാവിലെ എണീറ്റ് അമ്മയുടെ കൂടെ അനന്തു നടന്നു. സാധാരണ ദിവസമായതിനാൽ അമ്പലത്തിൽ അധികം തിരക്കുണ്ടായിരുന്നില്ല. വടക്കേ ഊട്ടുപുരയിൽനിന്നും ആരോ ഇറങ്ങി വന്നപ്പോൾ അമ്മ വഴിപാടിന് കാശും ചോറുപാത്രവും കൊടുത്തു. അനന്തുവിന്റെ പേരും നാളും പറഞ്ഞു. പിന്നെ ഒരു പ്രാവശ്യം വലംവെച്ച് വന്ന് കിഴക്കേ നടയിൽ നിൽപ്പായി. കുറെ വിളക്കുകളുള്ള ശ്രീകോവിൽ കണ്ടു. അവിടെയാണ് ഭഗവതിയിരിക്കുന്നത്. ഇരുട്ടത്തായതുകൊണ്ട് വെളിച്ചം മാത്രമേ കണ്ടുള്ളൂ. ദൂരെയുമാണല്ലോ.

പെട്ടെന്ന് ഒരു വെടിശബ്ദം കേട്ടു. അനന്തു ഞെട്ടി, ചെവി അമർത്തി പൊത്തിപ്പിടിച്ചു. പിന്നെ ഒളികണ്ണിട്ട് നോക്കിയപ്പോൾ തെക്കെ മതിലിന്നടുത്ത് ഒരു കറുത്ത കുറ്റി മറിഞ്ഞു കിടപ്പുണ്ട്. അതിന്റെ ചുറ്റും പുകയുമുണ്ട്. അത് കതിനയാണെന്ന് പിന്നീടാണ് മനസ്സിലായത്.

കുറച്ച് കഴിഞ്ഞപ്പോഴേക്കും അനന്തുവിന്റെ പേര് വിളിച്ചുകൊണ്ടൊരാൾ വന്നു. അയാളുടെ കൈയിൽ അനന്തുവിന്റെ ചോറ്റുപാത്രവും ഉണ്ടായിരുന്നു. അത് ഭഗവതിക്ക് നേദിച്ച പായസമാണ്. പണപ്പായസം എന്നാണ് പറയുക. അത് കിട്ടിയ ഉടനെ അമ്മ അനന്തുവിനെയും കൂട്ടി വീട്ടിലേക്ക് പോന്നു. അനന്തുവിനും കതിനയുടെ സ്ഥലം ഒഴിവാക്കി വേഗം പോരണമെന്നുണ്ടായിരുന്നു. എന്തായാലും വ്യക്തമായിട്ടല്ലെങ്കിലും ഭഗവതിയെ കണ്ടല്ലോ. അനന്തു ആശ്വസിച്ചു.

ഭഗവതി ചില്ലക്കാരിയല്ല. ഭദ്രകാളിയാണ്. അസുരനെ വധിച്ചവളാണ്. ദ്വേഷ്യം വന്നാൽ ഒരാളെയല്ല നൂറാളെ കൊല്ലാനുള്ള കഴിവുണ്ട്. അതിന് ആയുധമല്ല, സൂക്കേടാണ് പ്രയോഗിക്കുക. നാട്ടിലുള്ളവർക്ക് വസൂരി പടർത്തും. വസൂരി വന്ന് ആൾക്കാർ ചാവും. ഇതെല്ലാം അച്ഛമ്മ പറഞ്ഞു തന്ന അറിവുകളാണ്. തന്റെ പനി മാറീതും ഭഗവതി യുടെ ശക്തികൊണ്ടാണ്.

ചുറ്റുവട്ടത്തുള്ള നെല്ല് നശിക്കാതെ നോക്കുന്നതും ഭഗവതി തന്നെ. വിതയ്ക്കുന്നത് തൊട്ട് കൊയ്യുന്നുവരെ.

കൊയ്ത്ത് കഴിഞ്ഞാൽ വീട്ടുകാര് ഭഗവതിക്ക് പറയ്ക്ക് കൊടു ക്കണം.

ഭരണിവേലയ്ക്ക് ഭഗവതിയെ ആനപ്പുറത്ത് എഴുന്നെള്ളിക്കണം. ഇതിനെല്ലാം നാട്ടുകാരും പിരിവ് കൊടുക്കണം.

പൂരം കഴിഞ്ഞ് എല്ലാവരും തൊഴുത് തിരിച്ച് വരുമ്പോൾ ഭൂത ഗണങ്ങൾ എഴുന്നള്ളും.

തലയിൽ മുറംപോലെയുള്ള കിരീടവും കൈയിലും കാലിലും നീളത്തിലുള്ള നാരുകളെക്കൊണ്ട് പൂടയും വെച്ചുകെട്ടി ഉടുക്കു കൊട്ടിന്റെ താളത്തിൽ തുള്ളിയാണ് അവർ വരിക. അവർ വൈകീട്ട് പടിഞ്ഞാറെ നടയിൽ വരും. കൂടാതെ കോഴിയെ കൊന്ന് ചോരയും കള്ളും ചേർത്ത് ഭഗവതിക്ക് നിവേദിക്കുമത്രെ. അവരുടെ വഴിപാട് അതാണ്. ഭദ്രകാളിക്ക് അതാണ് ഇഷ്ടം എന്നാണ് അവർ പറയു ന്നത്. സന്ധ്യയോടെ തൊഴുത് അവർ തിരിച്ചുപോകും.

അതാണ് കുറുമാലിക്കാവിലെ വിശേഷങ്ങൾ.

എന്തായാലും ആലോചിച്ചപ്പോൾ തന്നെ അനന്തുവിന് പേടി തോന്നി.

കണ്ണുകൾ ഇറുക്കിയടച്ചു അനന്തു.

തെക്കെ ചായ്പ്പും വഴക്കും

ഒറ്റയ്ക്കാവുന്നത് എങ്ങനെയാണ്? പ്രായമാവുകയോ വയ്യാതാ വുകയോ അതോ...? അതിൽനിന്നും പഠിക്കേണ്ട ചില പാഠങ്ങൾ.

ഒറ്റയ്ക്കാവുന്നത് എങ്ങനെയെന്ന് അച്ഛമ്മയിലൂടെയാണ് അനന്തു തിരിച്ചറിഞ്ഞത്.

അനന്തു തെക്കെ ചായ്പ്പിലേക്ക് അധികം കടക്കാറില്ല. കാരണം അവിടെ എപ്പോഴും ഇരുട്ടാണ്. പുറത്തേക്ക് കടക്കാനുള്ള തെക്കേ വാതിൽ എപ്പോഴും അടഞ്ഞു കിടക്കും. വെളിച്ചം വരാനുള്ള ആകെ യുള്ള പഴുത് പടിഞ്ഞാറേ അറ്റത്ത് രണ്ട് അഴിയുള്ള ഒറ്റപ്പാളി ജനാല യാണ്. അതാകട്ടെ. ഒരിക്കലും തുറക്കാറുമില്ല. കാരണം അതിന്റെ അടുത്ത് കുറെ ഭാണ്ഡക്കെട്ടുകളും പഴയ കുറെ സാധനങ്ങളും കൂട്ടി യിട്ടിരിക്കയാണ്. പോരാത്തതിന് മേലെ കഴുക്കോലിൽനിന്നും തൂക്കി നീളൻ മുളവടിയിൽ കെട്ടിയ ഒരു അയയുമുണ്ട്. അതിന്റെ പടിഞ്ഞാറേ അറ്റത്ത് ഒന്ന് രണ്ട് ഭാണ്ഡങ്ങളും തൂങ്ങിക്കിടപ്പുണ്ട്.

അതിന് മുകളിലാണ് പലകക്കഷ്ണങ്ങൾ കൂട്ടിച്ചേർത്ത ഒരു കട്ടിൽ. അതിലാണ് അച്ഛമ്മ കിടക്കുക. അയയിൽ മിക്കവാറും ഉണ ങ്ങാനിട്ട തുണികളായിരിക്കും. അച്ഛമ്മ എപ്പോഴും കിടപ്പ് തന്നെ. കാലത്ത് പല്ല് തേക്കാനും വെളിക്കിരിക്കാനും മാത്രമേ തെക്കേ വാതിൽ തുറന്ന് ചവിട്ടുപടി ഇറങ്ങി മുറ്റത്തേക്കെത്തൂ. തിരിച്ച് ചവിട്ടു പടി കേറിപ്പോകാൻ സാധിക്കാതാകുമ്പോൾ അനന്തുവിനെ വിളിക്കും. അനന്തു കൈപിടിച്ച് കയറ്റിവിടും.

‘‘അച്ഛമ്മയ്ക്കെന്താ പുറത്തിരുന്നാൽ?’’

ഒരു ദിവസം അനന്തു ചോദിച്ചു.

‘‘അച്ഛമ്മയ്ക്ക് വയ്യായ്കയാണ്.’’ ചേച്ചി പറഞ്ഞു

‘‘ഇനി കേറി ഇറങ്ങി നടക്കാണ്ടായാൽ എനിക്ക് തീട്ടോം മൂത്രോം കൂടി കോരേണ്ടി വരൂല്ലോ.’’ അമ്മ കൂട്ടിച്ചേർത്തു.

''പണ്ടൊക്കെ അച്ഛമ്മ അമ്മയെ ചീത്ത വിളക്കുമായിരുന്നു. ഇപ്പോഴാണ് ഒന്നും മിണ്ടാണ്ടായത്.'' ലീലേച്ചിയും പറഞ്ഞു.

എന്തായാലും അനന്തുവിന് ഒരു കാര്യം മനസ്സിലായി. പകുതി സൂക്കേടും പകുതി വഴക്കുംകൂടിയാണ് അച്ഛമ്മയെ അവിടെ കിടത്തിയിരിക്കുന്നത്. വഴക്ക് പ്രധാനമായും അമ്മയോടാണ്.

അമ്മ എന്തിനാണ് വയസ്സായ അച്ഛമ്മയെ വഴക്ക് പറയുന്നത്? അമ്മ പറയുന്നത് ചീത്തയാണോ അതോ നടന്നാൽ, കാല് തെന്നി വീഴാതിരിക്കാൻ പറയണതാണോ, അനന്തുവിന് അത് അറിയില്ല.

ശരിക്കും വഴക്കാണെങ്കിൽ ചോറും കൂട്ടാനുമൊന്നും കൊടുക്കില്ലല്ലോ. ചേച്ചിമാരാരെങ്കിലും മുടങ്ങാതെ അച്ഛനും അച്ഛമ്മയ്ക്കും ചോറും കൂട്ടാനും തെക്കെ ചായ്പ്പിലേക്ക് കൊണ്ടുപോയി കൊടുക്കും. പലചരക്ക് കടയിൽ ആരെങ്കിലും പോകുമ്പോൾ ചാക്കുണ്ണിമാപ്ലേടെ വൈദ്യശാലയിൽനിന്നും ആസവവും വാങ്ങിക്കൊടുക്കാറുണ്ട്. അച്ഛമ്മയെ പരിചരിക്കുന്നതിന് കുറവൊന്നും വരുത്തുന്നില്ല.

അച്ഛമ്മ വയ്യാതാകുന്നതിന് മുമ്പ് ഇത്രയും പാവമൊന്നുമായിരുന്നില്ലത്രെ. അമ്മയുമായി സ്ഥിരം വഴക്കായിരുന്നുപോലും.

''ദ്വേഷ്യം വരുമ്പോൾ അച്ഛമ്മ അമ്മയെ മൂധേവി എന്നും മൂശേട്ട എന്നുമൊക്കെയായിരുന്നു വിളിച്ചിരുന്നത്.''

ലീലേച്ചി പറഞ്ഞു.

ആ വാക്കുകളുടെ അർത്ഥം വീട്ടിൽ കൊള്ളാത്തവൾ എന്നാണത്രെ.

അന്ന് അച്ഛമ്മയ്ക്ക് നല്ല ആരോഗ്യമുള്ള കാലം. അമ്മയും അച്ഛമ്മയും വഴക്ക് കൂടിത്തുടങ്ങിയാൽ അച്ഛമ്മ പറയുമായിരുന്നുവത്രെ.

''നിന്റെ ഓശാരത്തിനൊന്നും എന്നെ കിട്ടില്ല.''

പിന്നെ ഒരു പോക്കാണ്, മാസത്തിലൊരിക്കലെങ്കിലും നന്തിക്കരയിൽ താമസിക്കുന്ന അമ്മായിയുടെ വീട്ടിലേക്ക്.

അതിനുമുണ്ട് അമ്മയ്ക്ക് ഉത്തരം.

''അത് പഞ്ഞിപ്പൊടി തിന്ന് കൊണ്ടു വരണ കാശ് കൊണ്ടു കൊടുക്കാൻ പോണതല്ലേ. നോക്കിക്കോ, രണ്ട് ദിവസം കഴിഞ്ഞാൽ തിരിച്ചെത്തും.''

''അതുതന്നെയാണ് സംഭവിച്ചിട്ടുള്ളതും.'' ചേച്ചി പറഞ്ഞു.

പഞ്ഞിപ്പൊടി തിന്നണ കാശ്, അച്ഛൻ കമ്പനിപ്പണി ചെയ്ത് കൊണ്ടുവരുന്ന ശമ്പളമാണ്. അതിൽ നിന്ന് കുറച്ച് കാശ് അമ്മായിയുടെ വീട്ടിലെത്തിക്കാറുണ്ട് അച്ഛമ്മ എന്നാണ് അമ്മയുടെ പരാതി.

‘‘ഇവിടെ ഉപ്പും മുളകും വാങ്ങിക്കാൻ ഞാൻ അദ്ധ്വാനിച്ചുണ്ടാക്ക്ണ്ട്ല്ലോ. പയ്യിനെ കറന്ന്, വല്ല മാപ്ലമാരുടെയും പാടത്ത് പണിയെടുത്ത്, ചേറിൽ കിടന്ന് ചക്രശ്വാസം വലിച്ച് കൊണ്ടുവന്ന നെല്ല്... അതിനെല്ലാം ഞാനുണ്ടല്ലോ. എന്റെ വീട്ടുകാരെ പറഞ്ഞാൽ മതിയല്ലോ. പത്തിരുപത് ഏക്ര ഭൂമീം നിലവും തെങ്ങും ഒക്കെയുണ്ടായിട്ടും എന്നെ പറഞ്ഞു വിട്ടത് ഒരു തുണ്ട് ഭൂമിയും കേറിക്കെടക്കാൻ ഒരു കൂരയും ഇല്ലാത്ത വീട്ടിലേക്കാണല്ലോ. വീടുപണി തൊടങ്ങാൻ അവിടന്ന് ഞാൻ ഇരന്ന് കൊണ്ടന്നതാ കാശാ...’’

കോട്ടപ്പടീലെ സ്വന്തം വീടിനെക്കുറിച്ചാണ് അമ്മ പറയുന്നത്. അത് അനന്തുവിന് അറിയാം. അമ്മ പറയുന്നതും ശരിയാണ്. കോട്ടപ്പടീലെ വീട്ടിൽ നെല്ലും മാവും പറമ്പും ഉണ്ട്.

അനന്തു ചോദിച്ചിട്ടുണ്ട്.

‘‘പിന്നെ എന്തിനാ അമ്മ ഇങ്ങോട്ട് പോന്നത്?’’

‘‘അത് വിധി, തലേലെഴത്ത്. അല്ലാതെന്താ? കമ്പനിജോലീണ്ട് എന്ന് വിചാരിച്ച് കെട്ടിച്ചു വിട്ടതാ. ഇവിടെ വന്നപ്പോഴല്ലോ അറിഞ്ഞത് അത് ചില്വാനത്തിന് പോലും തെകയില്ലാന്ന്. അന്നിറങ്ങിയതാ വല്ലേർടെ കണ്ടത്തിലേക്ക്. ക്ടാങ്ങൾക്ക് വിശപ്പിന് കഞ്ഞിയെങ്കിലും കൊടുക്കണ്ടേ?’’

ഒരു കാര്യം അനന്തുവിന് ഉറപ്പാണ്.

വീട്ടിലെ വലിയ പെട്ടിയിലുള്ള നെല്ല് മുഴുവനും ആന്റോമാഷ്ടേം മറ്റും പാടത്ത്ന്ന് കൊയ്ത് മെതിച്ച പതമാണ്. ഓരോ കൊയ്ത്തുകാലം കഴിയുമ്പോഴേക്കും ആ പെട്ടി നിറയും. അതിൽനിന്ന് കുറെശ്ശേ നെല്ലെടുത്ത് പുഴുങ്ങി അരി കുത്തിച്ചിട്ടാണ് വീട്ടിൽ കഞ്ഞി വെക്കുന്നത്. അടുത്ത കൊല്ലത്തെ കൊയ്ത്ത് വൈകിയാലും വീട്ടിലെ പെട്ടിയിലെ നെല്ല് കഴിയാറില്ല.

‘‘എല്ലാവർക്കും മേലനങ്ങാതെ ഇരുന്ന് തിന്നണം. പണി ചെയ്താൽ ദീനം പിടിക്കല്ല്യേ? അങ്ങനെ ഇരുന്ന് തിന്നാനാണെങ്കിൽ കാർന്നോര് ഉണ്ടാക്കണം. ഈ കുഞ്ഞുങ്ങളുടെ കഞ്ഞിയിൽ പാറ്റയിടരുത്.’’

അനന്തുവിന് അമ്മ പറയുന്ന ചില കാര്യങ്ങൾ മനസ്സിലാവാറില്ല.

അച്ഛമ്മയും ആകെയുള്ള അമ്മായിയും (അച്ഛൻപെങ്ങൾ) കൂലിപ്പണിക്കിതുവരെ പോയിട്ടില്ലത്രെ. അതുകൊണ്ടാണവർ വെളുത്തിരിക്കുന്നത് എന്നാണ് ചേച്ചിമാർ പറയുന്നത്.

അമ്മ കറുത്തിട്ടാണല്ലോ. ഞങ്ങളും. അമ്മായിയും കുട്ടികളും വെളുത്തിട്ടാണ്. അത് സത്യവുമാണ്.

എന്താ അവർക്കൊക്കെ പണിക്ക് പോയാൽ? കൊയ്യാനും മെതിക്കാനും പോയാൽ അവർക്കും നെല്ല് കിട്ടില്ലേ? പിന്നെ എങ്ങനെയാണാവോ അവർ ജീവിക്കുന്നത്? അനന്തു അപ്പോൾ അതാണ് ആലോചിച്ചത്.

അനന്തു അമ്മായിയുടെ വീട്ടിൽ പോയിട്ടില്ല. കുറെ അകലെയാണെന്ന് മാത്രം അറിയാം. ഇടയ്ക്ക് അമ്മായി വീട്ടിലേക്ക് വരാറുണ്ട്. വന്നാൽ തെക്കെ ചായ്പ്പിൽ ചെന്ന് അച്ഛമ്മയോട് വർത്തമാനം പറഞ്ഞിരിക്കും. അമ്മ പണി കഴിഞ്ഞു വരുമ്പോഴേക്കും പൊയ്ക്കഴിഞ്ഞിരിക്കും.

അന്ന് അമ്മയുടെ സംസാരം മുഴുവൻ അതിനെക്കുറിച്ചായിരിക്കും.

''ന്താണാവോ ഞാൻ വരുമ്പോഴേക്കും ഓടിക്കളയണേ? അമ്മയും മോളും കുശുകുശുക്കുന്നത് ഞാനെങ്ങാനും കേട്ടാലോ എന്ന് വിചാരിച്ചിട്ടായിരിക്കും. എനിക്ക് അവരുടെ കാര്യമൊന്നും കേൾക്കണ്ട. ഞാൻ അതിൽ തലയിടാനൊട്ട് വരുന്നൂല്ല. എന്തോ വേണേച്ചാ ആയിക്കോട്ടെ.''

ഇങ്ങനെ അമ്മ പറയുന്നതിന്റെ കാര്യകാരണങ്ങളൊന്നും അനന്തുവിന് മനസ്സിലാവാറില്ല. ഒരു കാര്യം മാത്രമറിയാം. അച്ഛമ്മയും അമ്മായിയും ഒരു ഭാഗത്തും ഞങ്ങൾ - അമ്മയും മക്കളും - മറ്റൊരു ഭാഗത്തുമാണ്. അച്ഛന് ചായ്വ് അച്ഛമ്മയുടെയും അമ്മായിയുടെയും ഭാഗത്താണെന്നാണ് അമ്മ പറയുന്നത്. ഇക്കാര്യം അച്ഛനെങ്ങാനും കേട്ടു വന്നാൽ അച്ഛൻ പറയുന്നത് അനന്തു കേട്ടിട്ടുണ്ട്.

''മിണ്ടാണ്ടിരുന്നോ, ചേട്ടൻ മരിച്ചേ പിന്നെ അവർക്കെന്താ ഗതി? ആരാ അവർക്ക് സഹായത്തിനുള്ളത്?''

അമ്മായിയുടെ വീട്ടിൽ അച്ഛനില്ല. മാമൻ മരിച്ചിട്ട് കൊല്ലങ്ങൾ കഴിഞ്ഞു. അതിനുശേഷം അച്ഛനും അവരെ സഹായിക്കാറുണ്ട്. വേറെ ആരുമില്ല അവർക്ക്. അച്ഛനും അമ്മായിയുമാണ് അച്ഛമ്മയുടെ രണ്ട് മക്കൾ.

ഇത്രയുമാണ് അനന്തുവിന് മനസ്സിലായ വസ്തുതകൾ.

എന്തൊക്കെയായാലും അനന്തുവിന് അച്ഛമ്മയെ ഇഷ്ടമാണ്.

അച്ഛമ്മയ്ക്ക് അവനെയും. അതുകൊണ്ടാണല്ലോ ഇടയ്ക്കെങ്കിലും തെക്കെ ചായ്പ്പിൽ കയറുന്നത്. വെറ്റില വാങ്ങിക്കൊണ്ട് കൊടുക്കുന്നത്.

എലിസബത്ത് രാജ്ഞിയുടെ ജാതകം

അത് പുതിയ അറിവായിരുന്നു. പ്രാർത്ഥനയുടെയും ജ്യോതിഷത്തിന്റെയും കാലമാണെന്ന പുതിയ അറിവ്.

അനന്തുവിന്റെ അമ്മാവന്റെ വീട് കോട്ടപ്പടിയിലാണ്. ജ്യോതിഷിയായ മുത്തച്ഛൻകാലം. അമ്മവീട് തന്നെ. പക്ഷേ അമ്മ ഇപ്പോൾ അവിടെയില്ലല്ലോ.

മുത്തച്ഛന്റെ പേര് കൃഷ്ണനെന്നാണ്. കൃഷ്ണാശാൻ എന്നാണ് എല്ലാവരും വിളിക്കുക.

മാളയ്ക്ക് തെക്ക് കൃഷ്ണൻകോട്ടവരെയുള്ള ഭാഗത്ത് ക്രിസ്ത്യാനികളാണ് കൂടുതൽ. മാള ജംഗ്ഷന് തൊട്ട് തെക്ക് ജൂതപ്പള്ളിയുണ്ട്. പണ്ട് ജൂതന്മാരുമുണ്ടായിരുന്നുവത്രെ.

സ്വാതന്ത്ര്യം കിട്ടുന്നതിന് മുമ്പ് ഇവിടം ഭരിച്ചിരുന്നത് കൊച്ചി രാജാവാണ് പോലും. രാജാവിന്റെ നിയന്ത്രണമുള്ള നാടുവാഴികളുമുണ്ടാവും ഓരോ പ്രദേശത്തും.

ഐരാണിക്കുളം നാടുവാഴിയുടെ കീഴിലായിരുന്നു കോട്ടപ്പടി. ഐരാണിക്കുളം അമ്പലം വകയായിരുന്നു അവിടത്തെ പറമ്പും കുന്നുകളും പാടവുമെല്ലാം.

സ്വാതന്ത്ര്യം കിട്ടിയപ്പോൾ ഐരാണിക്കുളം നാടുവാഴി നാടുവാഴിയല്ലാതായി. എന്നുവെച്ചാൽ നാടുവാഴി എന്ന സ്ഥാനം നഷ്ടമായി.

ഒരു കേശവവർമ്മയായിരുന്നു ഐരാണിക്കുളം നാടുവാഴി. മദ്രാസിലൊക്കെ പോയി പഠിച്ച, നല്ല അറിവുള്ള ആളായിരുന്നുവത്രെ. അധികാരമില്ലാതായിട്ടും എല്ലാവരും നാടുവാഴിയെ ബഹുമാനിച്ചിരുന്നു.

തികഞ്ഞ വേദാന്തി. എന്നാൽ ജ്യോതിഷം, മന്ത്രം, തന്ത്രം എന്നിവയിലൊന്നും വിശ്വാസമുണ്ടായിരുന്നില്ല. അതെല്ലാം വെറും തട്ടിപ്പാണെന്നായിരുന്നു അദ്ദേഹത്തിന്റെ നിലപാട്. എന്നാൽ അക്കാര്യം തെളിയിച്ച് കാണിച്ചാൽ അംഗീകരിക്കാൻ മടിയില്ലായിരുന്നുവത്രേ.

ആ പ്രദേശത്തെ ഏറ്റവും മുതിർന്ന, പ്രശസ്തനായ ജ്യോതിഷിയാണ് മുത്തച്ഛൻ. പുറത്തേക്കൊന്നും അധികം ഇറങ്ങാറില്ലെങ്കിലും കുഴൂരിലുള്ള തറവാട്ടിലും ഐരാണിക്കുളം അമ്പലത്തിലും നിത്യവും മുത്തച്ഛൻ പോകാറുണ്ടായിരുന്നു.

ഐരാണിക്കുളം അമ്പലക്കുളത്തിലറങ്ങി കുളിച്ച് ശുദ്ധിയായിട്ടേ അമ്പലത്തിൽ കേറൂ. അവിടെ നിന്ന് കുറെ മന്ത്രങ്ങൾ ചൊല്ലി പ്രാർത്ഥിച്ചിട്ടേ മടങ്ങൂ. അവിടെനിന്നും പോരുമ്പോൾ നെറ്റിയിൽ ഭസ്മക്കുറിയുമുണ്ടാകും.

ഒരിക്കൽ കേശവവർമ്മ നാടുവാഴി മുത്തച്ഛനെ ആളയച്ച് വരുത്തി. മുത്തച്ഛൻ ചെല്ലുമ്പോൾ നാടുവാഴി പൂമുഖത്തുതന്നെയുണ്ട്. അദ്ദേഹം എഴുന്നേറ്റ് വന്ന് മുത്തച്ഛനെ ആദരിച്ചിരുത്തിയത്രെ. ചെല്ലം നീക്കി വെച്ച് മുറുക്കാൻ കൊടുത്തു.

‘‘വിളിച്ചതെന്തിനാണാവോ?’’

മുത്തച്ഛൻ സംഭാഷണം ആരംഭിച്ചു.

ഒറ്റവാക്കിലും ഇരട്ടവാക്കിലും ശ്ലോകമെഴുതും മുത്തച്ഛൻ. ജ്യോതിഷം പറഞ്ഞ് പറഞ്ഞ് സംഭാഷണവും ഏകദേശം അതുപോലെയായി.

‘‘പറയാം, പറയാം. വിശ്രമിക്കട്ടെ എന്നു കരുതി.’’

നാടുവാഴി പറഞ്ഞു.

‘‘തിരക്കുണ്ട്.’’ മുത്തച്ഛൻ പറഞ്ഞു.

‘‘അറിയാം, അറിയാം. പേര് കേട്ട ജോത്സ്യനല്ലേ, പ്രശ്നം വെക്കാൻ ആൾവരി നിൽക്കണ്ണ്ടാവും.’’

നാടുവാഴി പറഞ്ഞതിന് മുത്തച്ഛൻ മറുപടി പറഞ്ഞില്ല.

‘‘കൃഷ്ണാശാന് മുഷിച്ചിലൊന്നും തോന്നരുത്. പ്രശ്നം വെപ്പിക്കാനും ഫലം പറയാനും തന്നെയാണ് വിളിപ്പിച്ചത്. ഞാൻ ഒരു നാളും ജനനത്തിയതിയും പറയാം. ജനനസമയവും. അത് നോക്കി ആളുടെ ഇപ്പോഴത്തെ സ്ഥിതി പറയണം.’’

''ആവട്ടെ.''

മുത്തച്ഛൻ സമ്മതം അറിയിച്ചു.

മുത്തച്ഛൻ താൻ ഇരിക്കുന്ന തടുക്ക് കുറച്ച് മുന്നോട്ട് നീക്കി കിഴക്കോട്ട് തിരിഞ്ഞിരുന്നു. തിളങ്ങുന്ന, കറുത്ത തറയിൽ രാശിചക്രം വരച്ചു.

''പറഞ്ഞോളൂ.''

മുത്തച്ഛൻ പറഞ്ഞു.

നാടുവാഴി നാളും ജനനസമയവും തിയതിയും പറഞ്ഞു.

മുത്തച്ഛൻ അത് മനസ്സിൽ കുറിച്ചു.

അൽപ്പനേരത്തെ മനക്കണക്കിനുശേഷം രാശിചക്രത്തിൽ അതിനുള്ള ഗ്രഹനില കണക്കാക്കി അടയാളപ്പെടുത്താൻ തുടങ്ങി. ഓരോ കള്ളി നിറച്ചുവരുന്തോറും മുത്തച്ഛൻ ശ്രദ്ധയോടെ കുനിഞ്ഞിരിക്കാൻ തുടങ്ങി. എന്തോ ഒരു ഉൽക്കണ്ഠ മുത്തച്ഛനെ പിടികൂടാൻ തുടങ്ങി.

''തിയതിയും സമയവും തെറ്റിയിട്ടില്ലല്ലോ?''

മുത്തച്ഛൻ ഒരിക്കൽക്കൂടി നാടുവാഴിയോട് ചോദിച്ചു.

''ഇല്ല, കൃത്യമാണ്.'' നാടുവാഴി പറഞ്ഞു.

മുത്തച്ഛൻ മനസ്സിൽ ഗണിക്കാൻ തുടങ്ങി.

''ജന്മരാശി ഉച്ചത്തിൽ സൂര്യനിൽത്തന്നെ നിൽക്കുന്നു. ശിഷ്ടം ഇനിയും ശുക്രദശ ഏറെ.''

ഒന്നുകൂടി എല്ലാം ഗണിച്ചശേഷം മുത്തച്ഛൻ പറയാൻ തുടങ്ങിയത്രേ.

''എന്നാൽ കേട്ടോളൂ. ഇങ്ങനെയൊരു ഗ്രഹനില ആദ്യമായാണ് ഞാൻ കാണുന്നത്. ഇതൊരു വിശേഷാൽ ജന്മമാണ്. ഗ്രഹനിലയനുസരിച്ച് രാജയോഗമാണ്. അനേകം പരിചാരകരോടുകൂടി രാജപദവിയിലിരിക്കാനാണ് യോഗം. അതിപ്പോഴും തുടരുന്നുമുണ്ട്. ഇനിയുള്ള കാലം അധികാരം ശോഷിക്കുമെങ്കിലും ദീർഘായുസ്സാണ്. രാജപദവി തുടരുകയും ചെയ്യും.''

അമ്പരന്നത് നാടുവാഴിയാണ്. തന്നെ നോക്കിയാണോ ആശാൻ പ്രവചിച്ചത് എന്ന സംശയം ബാക്കിയായി. താനിപ്പോൾ നാടുവാഴിയല്ലെങ്കിലും ആളുകൾ തന്നെ അങ്ങനെത്തന്നെയാണല്ലോ കരുതുന്നത്.

''ജാതകത്തിന്നുടമ സ്ത്രീയാണ്.'' നാടുവാഴി പറഞ്ഞു.

മുത്തച്ഛൻ ഉടനെ പറഞ്ഞുവത്രെ.

''അതുകൊണ്ട് യോഗത്തിന് വ്യത്യാസമൊന്നുമില്ല. പെണ്ണിന് രാജ്ഞിയാവാമല്ലോ. ഗ്രഹനിലപ്രകാരം രാജ്ഞി തന്നെ.''

നാടുവാഴി പെട്ടെഴുന്നേറ്റ് മുത്തച്ഛനെ കാൽ തൊട്ട് വണങ്ങിയത്രെ. മുത്തച്ഛൻ അകന്ന് മാറാൻ നോക്കിയപ്പോൾ വീണ്ടും കെട്ടിപ്പിടിച്ചുകൊണ്ട് ഇപ്രകാരം പറഞ്ഞുവത്രെ.

''ആശാനെ സമ്മതിച്ചിരിക്കുന്നു. ഇത്രയും കൃത്യമാണ് ജ്യോതിഷമെന്ന എനിക്കറിയില്ലായിരുന്നു. ഇതോടെ ആ സംശയവും നീങ്ങി.''

മുത്തച്ഛൻ ചോദ്യരൂപത്തിൽ നാടുവാഴിയെ നോക്കി. നാടുവാഴി പറഞ്ഞുവത്രെ.

''ഇത് സാക്ഷാൽ എലിസബത്ത് രാജ്ഞിയുടെ നാളും ജനന സമയവുമാണ്. എന്തായാലും ആശാൻ ഇത് അറിയാൻ വഴിയില്ല. എന്റെ കണ്ണ് തുറപ്പിച്ചതിന് നന്ദിയുണ്ട്.''

മുത്തച്ഛനെ ജ്യോതിഷത്തിൽ പരീക്ഷിക്കുകയായിരുന്നു എന്നു പറയാൻ നാടുവാഴിക്ക് ധൈര്യമില്ലായിരുന്നു. എല്ലാം മനസ്സിലാക്കിക്കൊണ്ടുതന്നെ മുത്തച്ഛനും ഒന്നും പറഞ്ഞില്ലത്രെ.

''എങ്കിൽ പോട്ടെ.'' മുത്തച്ഛൻ യാത്ര ചോദിച്ചു.

''നിൽക്കൂ.''

നാടുവാഴി അകത്തേക്ക് പോയി ഒരു പട്ടുമായി വന്നു. കൈയിലെ ഒരു വളയൂരി മുത്തച്ഛന്റെ കൈയിലിട്ടു കൊടുത്തു.

കണ്ടുനിന്നവരൊക്കെ മുത്തച്ഛനെ ആദരപൂർവ്വം നോക്കിക്കൊണ്ടു നിന്നു.

നാടുവാഴി പരിചാരകരോട് പറഞ്ഞു

''ആശാനെ പാടം കയറ്റി വീട്ടിൽ കൊണ്ടാക്കൂ.''

മുത്തച്ഛനും ആദരപൂർവ്വം നാടുവാഴിയെ തൊഴുത് ആശിർവാദ കൈയോടെ യാത്ര പറഞ്ഞിറങ്ങി. ഐരാണിക്കുളം അമ്പലനട എത്തിയപ്പോൾ പരിചാരകരോട് പറഞ്ഞു.

''നിങ്ങൾ പൊയ്ക്കോളൂ. എനിക്ക് തൊഴാൻ കേറണം.''

കുളത്തിലിറങ്ങി കൈയും കാലും കഴുകി ശ്രീകോവിലിന് മുന്നിൽനിന്ന് മനസ്സ് നിറഞ്ഞ് പ്രാർത്ഥിച്ചു.

ആദ്യമായിട്ടാണ് മുത്തച്ഛനെ ഒരാൾ പരീക്ഷിക്കുന്നതത്രേ.

പട്ടും വളയും ദേവിക്ക് സമർപ്പിച്ച് മുത്തച്ഛൻ തിരിച്ച് വീട്ടിലെത്തി.

അധികം വൈകാതെ നാടുവാഴിയുടെ കൈപ്പടയിൽ ഒരു പത്രം കിട്ടി. തെക്കു ഭാഗത്തുള്ള രണ്ട് കുന്നുകളുടെ ഉടമസ്ഥാവകാശം.

ഒന്ന് വലിയ കുന്ന്.

രണ്ടാമത്തേത് ചെറിയ കുന്ന്.

അതാണ് അനന്തുവിന്റെ മുത്തച്ഛന്റെ കഥ.

അമ്മ പറഞ്ഞ കഥ.

തകർന്ന തറവാടും ലീലേച്ചിയും

പണം വലിയ ഒരു കാര്യമാണ്. അത് ജീവിതത്തിന്റെ നിലയും വിലയുമാണ്.

അനന്തുവിന് ചില അറിവുകളുണ്ട്. തോന്നലുകളുണ്ട്. അവ അനന്തു ജീവിക്കുന്നതിന്റെയും അനുഭവിക്കുന്നതിന്റെയും ആകത്തുകയാണ്.

അനന്തുവിന്റെ ചേച്ചിയാണ് ലീല.

ചേച്ചി കോട്ടപ്പടിയിലേക്ക് പോവുകയാണ്. അനന്തുവിന് വിഷമമുണ്ടോ എന്ന് ചോദിച്ചാൽ അറിയില്ല.

അന്ന് ഒരു ദിവസം അമ്മ കോട്ടപ്പടിയിലേക്ക് പോയപ്പോൾ അമ്മൂമ്മ പറഞ്ഞുവത്രെ.

''ഒരു കുട്ടീനെ ഇവിടെയാക്കി പോടീ.''

അമ്മൂമ്മയ്ക്ക് എഴുപതും മുത്തച്ഛന് എൺപതും ആണ് പ്രായം. അമ്മൂമ്മ എഴുന്നേറ്റ് നടക്കുമ്പോൾ കിതപ്പുണ്ട്. അതുവെച്ചുതന്നെ ഒരു ആടിനെയും വളർത്തുന്നുണ്ട് എന്നത് വേറെ കാര്യം.

''ഈ മുറ്റമൊന്നടിക്കാനും ഇവറ്റോളെ അഴിച്ച് കെട്ടാനും മതി. മോളെ ഇവിടന്ന് സ്കൂളിൽ വിടാല്ലോ. പുസ്തകവും തുണിയുമൊക്കെ വാങ്ങിച്ചുകൊടുത്താളാം.''

ലീലേച്ചിയെ വേർപിരിഞ്ഞിരിക്കാൻ അമ്മയ്ക്ക് വിഷമമുണ്ടെങ്കിലും സമ്മതിക്കുകയായിരുന്നു. അമ്മ മിണ്ടാതെ നിന്നപ്പോൾ അമ്മൂമ്മ പറഞ്ഞത്രെ.

''നീയ് എല്ലാറ്റിനേം കൂടി നോക്കണ്ടേല്ലോ. ഒന്നിനെ ഇങ്ങോട്ട് പറഞ്ഞയയ്ക്ക്.''

അങ്ങനെ ലീലേച്ചി കോട്ടപ്പടിയിലേക്ക് പോയി. ലീലേച്ചിയുടെ ജീവിതം അത്ര നല്ലതായിരുന്നില്ലെന്ന് ചേച്ചി തന്നെ പിന്നീട് പറഞ്ഞിട്ടുണ്ട്. അതിങ്ങനെ.

അഞ്ചാം ക്ലാസ്സിലായപ്പോഴാണ് ലീലേച്ചി കോട്ടപ്പടിയിലേക്ക് പോയത്. അവിടെ മുത്തച്ഛനും അമ്മൂമ്മയും പിന്നെ കുഞ്ഞിമാമനും ഉണ്ട്. ചെത്തിത്തേക്കാത്ത വീട്. ചെറിയ പറമ്പിന് ചുറ്റും വെട്ടുകല്ലുകൊണ്ടുള്ള ഒരു മതിൽ.

ഒരു പെട്ടിപ്പുറത്താണ് മുത്തച്ഛന്റെ കിടപ്പ്. അവിടെ കിടന്നാണ് നാമം ജപിക്കൽ.

അമ്മൂമ്മയ്ക്ക് കിടക്കാൻ പഴയ ഒരു കട്ടിൽ.

അതിന് താഴെയാണ് ലീലേച്ചിയുടെ കിടപ്പ്. അതുതന്നെ, പഴയ ഓട്ടുപാത്രങ്ങളും മാറ്റിയിട്ട് കിടക്കാൻ സ്ഥലം ഉണ്ടാക്കണം.

കുഞ്ഞിമാമായ്ക്ക് ഒരു മുറിയുണ്ട്. ആള് ഒരു പലചരക്ക് കട നടത്തുന്നുണ്ട്, ബസ്സ്റ്റോപ്പിനടുത്ത്. പകൽ അവിടെ. രാത്രി ഉറങ്ങാനും ഊണ് കഴിക്കാനും മാത്രം വരും.

മുത്തച്ഛൻ പകൽ നേരങ്ങളിൽ പെട്ടിപ്പുറത്തു നിന്നിറങ്ങി താഴത്തിരുന്ന് പലകയിൽ കവിടി നിരത്തി നോക്കും. കുറെ കഴിയുമ്പോൾ പെട്ടിപ്പുറത്തിരിക്കുകയോ അവിടെത്തന്നെ കിടന്നുറങ്ങുകയോ ചെയ്യും.

''ഇതാണ് ഇപ്പോഴത്തെ അമ്മവീട്.''

ലീലേച്ചി പറഞ്ഞു.

ലീലേച്ചി സ്കൂളിൽ പോകാൻ തുടങ്ങി. കുഴൂരും കോട്ടപ്പടിയും തമ്മിൽ വളരെ ദൂരമുണ്ട്. അമ്മൂമ്മയ്ക്ക് ലീലേച്ചിയെ വലിയ കാര്യമാണ്. എങ്കിലും പിടിപ്പത് പണിയുണ്ട്.

രാവിലെ മുറ്റമടിക്കണം.

വെള്ളം കോരി നിറയ്ക്കണം.

പാത്രം മോറണം.

കൂടാതെ മുത്തച്ഛൻ എഴുന്നേറ്റാൽ പറയും.

''പിള്ളേ, ഒരു പുട്ടും കടലയും വാങ്ങിക്കൊണ്ടു വാ.''

ലീലേച്ചിക്ക് അതൊന്നും ശീലമില്ല. എന്നാൽ പോവില്ല എന്ന് പറഞ്ഞാൽ മുത്തച്ഛൻ ദ്വേഷ്യപ്പെടും. ചെറിയ കാര്യത്തിനുപോലും

ഒച്ചവെക്കും. പ്രായമായവരല്ലേ എന്ന് കരുതി ലീലേച്ചി എല്ലാം അനുസരിക്കും. അതുകൊണ്ട് അമ്മൂമ്മ പറയും, പറയുന്നത് മുഴുവൻ കേൾക്കണം എന്ന്.

ലീലേച്ചി പൗലോതുവിന്റെ ചായക്കടയിലേക്ക് പതുക്കെ നടക്കും. പേടിയോടെയാണ്. കാരണമെന്തെന്നല്ലേ, അവരുടെ വീടിന്റെ പുറകിൽ ഒരു ഷെഡ്ഡിൽ ഒരു ഭ്രാന്തൻ കിടപ്പുണ്ട്. ഭാഗ്യത്തിന് വാതിൽ അപ്പുറത്തായതിനാൽ ലീലേച്ചി ഇതുവരെ കണ്ടിട്ടില്ല.

കടയിലെത്തുമ്പോൾ പൗലോത്മാപ്പിള ചോദിക്കും.

''ഓ, ആശാൻ എണീറ്റോ, ഇന്ന് നേരത്തെയാണല്ലോ.''

ലീലേച്ചി ഒന്നും മിണ്ടില്ല. പുട്ടും കടലയും ഇലയിൽ പൊതിഞ്ഞ് ലീലേച്ചിയുടെ കൈയിൽ കൊടുക്കും. കാശൊന്നും കൊടുക്കണ്ട.

പറ്റാണെന്ന് തോന്നിയിരുന്നുവത്രെ ലീലേച്ചിക്ക്.

വീട്ടിലെത്തുമ്പോഴേക്കും ലീലേച്ചിയുടെ കൈ പൊള്ളിയിട്ടുണ്ടാകും. അത്രയ്ക്ക് ചൂടുണ്ടാവും. അടുപ്പത്തൂന്ന് നേരെ എടുത്ത് തരികയാണല്ലോ. ആദ്യം ഉണ്ടാക്കി അടുപ്പത്തുനിന്ന് എടുക്കുന്ന പുട്ടും കടലയുമാണ്.

ലീലേച്ചി വന്നുവെന്നറിഞ്ഞാൽ ഉടനെ മുത്തച്ഛന്റെ ഒരു വിളിയുണ്ട്. ''പിള്ളേ...''

അപ്പോഴേക്കും അമ്മൂമ്മ ചായ ഉണ്ടാക്കിയിട്ടുണ്ടാകും. രണ്ടും പെട്ടിപ്പുറത്ത് വെച്ച് ലീലേച്ചി അടുക്കളയിലേക്ക് ചെല്ലും.

പിന്നെയും മുത്തച്ഛൻ വിളിക്കും.

''പിള്ളേ...''

അത് പാത്രം എടുത്ത് കൊണ്ടുവരാനാണ്.

പാത്രത്തിൽ രണ്ട് കഷ്ണം പുട്ടും കുറച്ച് കടലക്കറിയും ബാക്കിയുണ്ടാവും. അത് ലീലേച്ചിക്കുള്ളതാണ്.

അമ്മൂമ്മ പറയും, ''മോൾക്കുള്ളതാണ്, കഴിച്ചോ...''

ലീലേച്ചിക്കപ്പോൾ അവരോട് പാവം തോന്നുമത്രേ.

അമ്മൂമ്മയും മുത്തച്ഛനും ഞങ്ങളെ പിള്ള എന്നാണ് വിളിക്കുക. എന്നാൽ അമ്മ കൂടെയുള്ളപ്പോൾ ചെറിയ പിള്ളയെന്നും.

എങ്ങനെയുള്ള തറവാടായിരുന്നു. നാടുവാഴിയിൽനിന്നും പട്ടും വളയും വാങ്ങിച്ച കൃഷ്ണാശാന്റെ തറവാട്. ഭൂമിയും കുന്നുകളും സമ്മാനമായി കിട്ടിയ പ്രശസ്ത ജ്യോതിഷി കൃഷ്ണാശാന്റെ തറവാട്.

കുഴൂര് പാടത്ത് മുപ്പത് ഏക്കർ കൃഷി, പടിഞ്ഞാറേ പറമ്പിൽ തെങ്ങിൻത്തോട്ടം, ഏക്കറ് കണക്കിന് കുന്നുകൾ.

എല്ലാം മക്കളോരോരുത്തരായി കൈയടക്കി.

മൂത്തത് ഇയ്യുണ്ണി ആശാൻ- വലിയ മാമൻ.

വലിയ കുന്ന് ആൾ സ്വന്തമാക്കി. അതിൽ കൊള്ളികൃഷി തുടങ്ങി. വളർന്ന് പാകമായിക്കഴിഞ്ഞാൽ, ഒരു ഭാഗത്ത് നിന്നും കൊള്ളി വലിച്ചുതുടങ്ങും. അടുത്ത രണ്ടുമൂന്ന് മാസത്തേക്ക് വിൽക്കാനുണ്ടാവുമത്രെ. വലിയ ലാഭമാണത്രെ.

വലിയ മാളിക വെച്ച്, കയ്യാലയും പണിത്, അവിടെയിരുന്ന് ജ്യോതിഷം ആരംഭിച്ചു. റോഡിൽനിന്നുപോലും ജോത്സ്യഫലം കക്ഷികളോട് പറയുന്നതു കേൾക്കാം. പൂരത്തിന്റെ തിരക്കാണ് അവിടെ. അതിൽപ്പിന്നെ മുത്തച്ഛന്റെ അടുത്തേക്ക് ആളുകൾ വരാതായി. പ്രായമുള്ള ചിലർ വല്ലപ്പോഴും വന്നെങ്കിലായി.

ചെറിയ കുന്ന് ഇളയ മകൻ ദിനകരന്റേതായി.

ദിനകരകുഞ്ഞുമാമന്റേത്.

ആള് പിന്നെ കുന്നിലേക്കൊന്നും പോകില്ല. അതിനാൽ അവിടെ കാട് പിടിച്ച് കിടക്കുകയാണ്. വലിയ അമ്മാമനിൽനിന്നും തല്ലുകൂടി വാങ്ങിയ ഒറ്റമുറിക്കെട്ടിടത്തിൽ ഒരു പലചരക്ക് കടയാണ് ആൾക്കുള്ളത്. പക്ഷേ അവിടന്ന് വീട്ടിലേക്കാവശ്യമുള്ള സാധനങ്ങളൊന്നും കൊടുക്കില്ല.

ലീലേച്ചിയോട് അമ്മൂമ്മ ഇന്നയിന്ന സാധനങ്ങൾ വീട്ടിലേക്ക് വേണമെന്ന് പറഞ്ഞേൽപ്പിക്കും. ചേച്ചി അതുപ്രകാരം സാധനങ്ങളുടെ ലിസ്റ്റ് പറയും. രണ്ട് മൂന്ന് ദിവസം കഴിയുമ്പോൾ ആ സാധനങ്ങൾ കുട്ടയിലിട്ട് കൊടുക്കും. വെളിച്ചെണ്ണയും എള്ളെണ്ണയും ഓരോ തവി മാത്രം.

പിറ്റേ ദിവസം കാലത്ത് അടുക്കള ഭാഗത്ത് പല്ല് തേക്കാൻ നിൽക്കുമ്പോൾ അതിന്റെ വിലയും മറ്റും വിളിച്ച് പറയും. അമ്മൂമ്മ കേൾക്കാനാണ്. അമ്മൂമ്മ അത് മുത്തച്ഛനോട് പറഞ്ഞ് എങ്ങനെയെങ്കിലും വില കിട്ടണം. അതിനാണ്. ഇങ്ങനെയൊക്കെയാണെങ്കിലും മുറിയിൽ ഭക്ഷണം വിളമ്പിവെച്ച് കണ്ടില്ലെങ്കിൽ ഉടനെ ദേഷ്യത്തോടെ ചോദിക്കും.

‘‘എവിടെ ചോറ്?’’

മുത്തച്ഛനും മക്കളും നേരിട്ട് മിണ്ടാറില്ല. എല്ലാം മുറ്റത്ത് നിന്ന് വിളിച്ചു പറയും. അമ്മൂമ്മ വേണം അതാത് ആൾക്കാരോട് പറയാൻ.

അമ്മൂമ്മ പറയുന്നത് കേൾക്കാം.

''അവൻ കുറച്ച് കാശ് ചോദിച്ചു, ചരക്കെടുക്കാൻ പോകാൻ...''

''പീടികയ്ക്ക് വേറെ സ്ഥലം നോക്കണംന്നുണ്ട്, ജ്യേഷ്ഠന്റെ ഓശാരസ്ഥലത്ത് നിന്നും മാറാൻ...'' എന്നിങ്ങനെ.

ഇതെല്ലാം കേട്ടാലും മുത്തച്ഛന്റെ മറുപടി ഉടനെ ഉണ്ടാവില്ല.

പിന്നെ എപ്പോഴോ അമ്മൂമ്മയെ ചീത്ത വിളിച്ചുകൊണ്ടാവും തുടങ്ങുക.

''എടീ സ്ത്രീയേ, എന്റെ കൈയിൽ കാശൊന്നും ഇല്ലായെന്ന് പറഞ്ഞേര്.''

അമ്മൂമ്മ ലീലേച്ചിയോട് പതുക്കെ, മുത്തച്ഛൻ കേൾക്കാതെ പറയും.

''അത് നുണയാ. മുതുക്കന്റെ കൈയിൽ ഇഷ്ടംപോലെ കാശൊക്കെയുണ്ട്. പൂട്ടിവെച്ചിരിക്കുകയാ...''

പക്ഷേ ലീലേച്ചിക്ക് മനസ്സിലായി, അമ്മൂമ്മയും മുത്തച്ഛനും കഷ്ടപ്പാടിലും. മാമന്മാർ പണക്കാരായും വളരുകയാണ് എന്ന്. ഗോപാലമാമൻ ബോംബെയിൽ വലിയ പണക്കാരനാണത്രെ.

അമ്മയെ അച്ഛന് കല്യാണം കഴിച്ചു കൊടുക്കുന്ന കാലത്ത് മുത്തച്ഛൻ വലിയ സ്ഥിതിയായിരുന്നല്ലോ. അച്ഛന് കമ്പനി ജോലിയായിരുന്നതുകൊണ്ടാണ് എല്ലാവരും അതിനോട് യോജിച്ചത്.

തുടക്കത്തിൽ അവിടെനിന്നും ധാരാളം സാധനങ്ങൾ അനന്തുവിന്റെ വീട്ടിലേക്ക് കൊടുത്തയയ്ക്കുമായിരുന്നു. വീട് ഓട് മേയാനും സഹായിച്ചിരുന്നു. പിന്നെപ്പിന്നെ മുത്തച്ഛന്റെ കൈയിൽ പണമില്ലാതായപ്പോഴാണ് ആ സഹായങ്ങൾ നിലച്ചത്. അധികം താമസിയാതെ അമ്മയ്ക്ക് പണിക്കിറങ്ങേണ്ടി വന്നു.

നാടുവാഴിപോലും ആദരിച്ച കൃഷ്ണാശാന്റെ ഒറ്റമകൾ അങ്ങനെ കേലന്മാരുടെ പാടത്തും പറമ്പിലും പണിക്കാരിയായി.

ചേറിലും ചളിയിലും പണിയെടുത്തു.

കുടുംബം പോറ്റാൻ.

മക്കളെ പഠിപ്പിക്കാൻ. അതിന് ഒരു ആശ്വാസമായിട്ടായിരുന്നു ലീലേച്ചിയെ അമ്മൂമ്മയുടെ അടുത്തേക്കാക്കിയത്.

''ഒരു വയറെങ്കിലും അങ്ങനെ കഴിയുമല്ലോ.'' അതാണ് അമ്മയും പറഞ്ഞത്.

കൊച്ചുപിള്ളയാണെങ്കിലും ലീലേച്ചിക്ക് സംശയം വിട്ടുമാറിയില്ല. ചെലവിന് വകയില്ലാത്ത വീട്ടിലേക്ക് നല്ല നിലയിൽ കഴിഞ്ഞിരുന്ന കുടുംബത്തിൽ നിന്ന് അമ്മയെ എന്തിനാണ് കല്യാണം കഴിച്ചതെന്ന സംശയം.

പക്ഷേ അച്ഛനെപ്പറ്റി അവർക്കെല്ലാം വലിയ മതിപ്പും ഇഷ്ടവുമായിരുന്നു.

''ചേട്ടൻ നല്ല അറിവും കഴിവും ഉള്ള ആളാണ്. കമ്പനിയിൽ മുടങ്ങാതെ ജോലിക്ക് പോകും. തീരെ പാഴ്ച്ചെലവില്ല. സിഗരറ്റില്ല. മദ്യപാനവുമില്ല. രാഷ്ട്രീയപ്രവർത്തനമുണ്ട് എന്നുമാത്രം. അത് അച്യുതമേനോനെപ്പോലെ നല്ല ആൾക്കാരുമൊത്താണ്.

നാട്ടിലും ചേട്ടനെപ്പറ്റി നല്ല അഭിപ്രായമാണ്.

പാപ്പു ആശാന്റെ മകൻ.

കേലന്മാരുടെ മക്കളെവരെ എഴുത്ത് പഠിപ്പിച്ചതുകൊണ്ട് പാപ്പു ആശാനെ എല്ലാവരും ബഹുമാനിച്ചിരുന്നു.''

ഗോപാലമാമയാണ് ഇക്കാര്യം പറഞ്ഞത്. ബോംബെയിൽ വലിയ ജോലി നോക്കുന്ന, ഇംഗ്ലീഷ് പത്രം വായിക്കുന്ന ഗോപാലമാമ. മാമായ്ക്ക് അച്ഛനെപ്പറ്റി ഇത്രയും ബഹുമാനമാണെങ്കിൽ ബാക്കിയുള്ളവരുടെ കാര്യം പറയേണ്ടതില്ലല്ലോ.

ലീലേച്ചിക്ക് ആ അച്ഛന്റെ മകളാണെന്നതിൽ അഭിമാനം തോന്നിയത്രെ.

പണ്ട് ഗോപാലമാമ അമ്മയെ നല്ലപോലെ സഹായിക്കുമായിരുന്നുവത്രെ. പിന്നെപ്പിന്നെ അതില്ലാതായി. നാട്ടിൽ കോട്ടപ്പടിയിൽ വലിയ തെങ്ങുംപറമ്പ് വാങ്ങിയിട്ടുണ്ടത്രെ. നാട്ടിൽ താമസിക്കാൻ വരുമ്പോൾ വീട് വെക്കാൻ.

ഈ മാമ്മാരുടെ തെങ്ങും പറമ്പും മറ്റും ലീലേച്ചിക്ക് പോയി കാണണമെന്നുണ്ട്. ആരെങ്കിലും കൊണ്ടുപോയി കാണിച്ചാലല്ലേ അതിന് സാധിക്കൂ. ലീലേച്ചി കോട്ടപ്പടിയിൽ പോയിട്ട് രണ്ട് കൊല്ലം കഴിഞ്ഞു. ഏത് നേരവും അമ്മൂമ്മ വിളിച്ചാൽ വിളിപ്പുറത്ത് വേണം. പിന്നെ എങ്ങനെയാണ് പോവുക?

''മോളേ, ആ മുറ്റത്ത് കൊണ്ടിട്ടത് എടുത്ത് വെക്ക്.

ആടിനെ താഴത്ത് നിന്ന് അഴിച്ച് കൂട്ടിൽ കെട്ട്.

പോയി അവനോട് രണ്ട് തവി വെളിച്ചെണ്ണ വാങ്ങി വാ,

ആ ചോറ് മുത്തച്ഛന് കൊണ്ട് കൊടുക്ക്...''

എന്നിങ്ങനെ നിൽക്കാനും ഇരിക്കാനും പറ്റാത്ത അവസ്ഥ.

ലീലേച്ചിക്ക് മടുത്തുവത്രെ കോട്ടപ്പടീലെ ജീവിതം.

തനി വേലക്കാരിതന്നെ.

പണമുണ്ടായിരുന്നെങ്കിൽ ലീലേച്ചി കോട്ടപ്പടിയിൽ ഒരു വേലക്കാരിയെപ്പോലെ കഴിയേണ്ടി വരില്ലായിരുന്നു.

അതോർത്തപ്പോൾ അനന്തുവിന് സങ്കടം വന്നു.

കണ്ണിൽ വെള്ളം നിറഞ്ഞു.

അത് ആരും കാണാതിരിക്കാൻ അനന്തു മുറ്റത്തേക്കിറങ്ങി.

പച്ചനിറമുള്ള കാറ്

ജീവിതത്തിന് എന്തെല്ലാം നിറങ്ങളുണ്ട്? അതെല്ലാം കൂടിച്ചേരുമ്പോൾ ജീവിതത്തിന്റെ നിറം ചിലപ്പോൾ മാറിപ്പോകുമോ?

അനന്തുവിന്റെ പാൽക്കച്ചവടമായിരുന്നു അന്നത്തെ വിശേഷം. ആലോചിക്കുമ്പോൾ അത് പച്ചനിറമുള്ള ഒരു കാറിൽ ചെന്ന് നിൽക്കും.

വലിയ വീടാണ് നീലാസവം. മരുന്ന് കമ്പനിയും. മുടി വളരാൻ അത്യുത്തമമായ നീലഭൃംഗാദിത്തൈലവും മഞ്ഞപ്പിത്തത്തിനും മറ്റ് അസുഖങ്ങൾക്കും മരുന്നും ആസവങ്ങളും ഉണ്ടാക്കുന്ന കമ്പനി.

കേലന്മാരിൽ മൂത്ത ആൾ താമസിക്കുന്നത് അവിടെയാണ്. റെയിൽവേ ഗേറ്റും കഴിഞ്ഞ് കപ്പേളയ്ക്കപ്പുറം മൂന്ന് നില കെട്ടിടം കാണാം. സ്കൂളുപോലെ നീളത്തിലുള്ള കെട്ടിടം. നേരെയുള്ള ഗേറ്റ് വീട്ടുകാർക്ക് കാറിൽ വരാനും പോകാനുമുള്ളതാണ്. അതിലൂടെ പച്ചനിറമുള്ള ഒരു കാറിലാണ് അവർ പോകുക. വടക്കുഭാഗത്ത് വേറൊരു ഗേറ്റുണ്ട്. അത് കമ്പനിയിലെ ജോലിക്കാർക്ക് വരാനുള്ളതാണ്. മരുന്ന് വണ്ടികൾക്ക് പോകാനും വരാനും.

പണ്ട് ഈ തറവാട്ടിലും മഞ്ഞപ്പിത്തചികിത്സയുണ്ടായിരുന്നു. പിന്നീട് അവിടത്തെ മൂത്ത കേലൻ വേറെ വീട് വെച്ചു. മഞ്ഞപ്പിത്തചികിത്സ അവിടെയാക്കി. ആർക്കെങ്കിലും മഞ്ഞപ്പിത്തം തീരെ മാറാതെ വന്നാൽ, മൂത്ത കേലന്റെ വീട്ടിലേക്ക് കൊണ്ടുവന്നാൽ രോഗികൾ രക്ഷപ്പെടുമത്രെ. അത്ര ശക്തിയുള്ളതായിരുന്നുവത്രെ അവിടത്തെ മരുന്നുകൾ.

അവിടെയുള്ള വിൻസന്റ്ചേട്ടൻ വിജുച്ചേട്ടന്റെ ഒപ്പം പഠിച്ചിട്ടുണ്ട്. മൂത്ത കേലൻ വിൻസന്റ് ചേട്ടന്റെ അപ്പൂപ്പനാണ്. അനന്തുവിന്റെ അച്ഛാച്ചന്റെ പ്രായം. അപ്പനും അമ്മയുമുണ്ട്.

അനന്തുവിന്റെ അച്ഛാച്ചൻ പാപ്പുവാശാൻ വിൻസന്റ് ചേട്ടന്റെ അപ്പനെ എഴുത്ത് പഠിപ്പിച്ചിട്ടുണ്ട്. അന്ന് സ്കൂളൊന്നും ഇവിടില്ല. തൃശ്ശൂര് പോണം. അതുകൊണ്ട് അക്ഷരവിദ്യ നിലത്തെഴുതി പഠിക്കണം.

അനന്തുവിന്റെ അച്ഛനും അമ്മായിയും വലിയച്ഛനും വരെ അച്ഛാച്ചനിൽ നിന്നാണ് എഴുത്ത് പഠിച്ചത്. വിൻസന്റ് ചേട്ടന്റെ കാലമായപ്പോഴേക്കും സ്കൂളായി. പഠനം സ്കൂളിലായി.

നീലാസവത്തിന്റെ മുന്നിലൂടെയുള്ള ഇടവഴിയിലൂടെയാണ് അമ്മ വയലൂര് പാടത്തേക്ക് പോകുക. വയലൂര് പാടത്തും കേലന്മാർക്ക് കൃഷിയുണ്ട്. അവിടെ ഞാറ് നടാനും കിള പറിക്കാനും കൊയ്യാനും ഒക്കെ അമ്മ പോകാറുണ്ട്. അമ്മയ്ക്ക് കഞ്ഞിയും കാപ്പിയും കൊണ്ടു കൊടുക്കാൻ അനന്തുവും അതുവഴി പോകും. ആ ദിവസങ്ങളിലൊക്കെ അനന്തു ആ വീട്ടിലേക്ക് എത്തിനോക്കും. ഷെഡ്ഡിൽ പച്ചനിറത്തിലുള്ള കാറ് കിടക്കുന്നത് കാണാം. കുറെ പട്ടികളും ആ വീട്ടിലുണ്ട്.

ഇന്നാണ് അനന്തു ആദ്യമായി ആ വീട്ടിലേക്ക് കയറുന്നത്. പാല് കൊടുക്കാൻ. ഗേറ്റ് തള്ളിത്തുറക്കുമ്പോൾ അനന്തുവിന് നല്ല പേടിയുണ്ടായിരുന്നു. സിംഹത്തെപോലുള്ള പട്ടികൾ തന്റെ മേലേക്ക് ചാടി വീഴുമോ എന്ന പേടി.

ഇതിനെല്ലാം കാരണക്കാരി അമ്മയാണ്. പാടത്തേക്കോ മറ്റോ അമ്മ പോകുമ്പോൾ ഓരോ വീട്ടമ്മമാരും ചോദിക്കും.

''പണിക്കത്ത്യേരേ, ഒരു കുപ്പി പാൽ കൊടുത്തയയ്ക്കുമോ?''

പാലുണ്ടെന്നോ കൊണ്ടുപോയി കൊടുക്കാൻ ആളില്ലെന്നോ അമ്മ ഓർക്കില്ല. നല്ല പാല് കിട്ടാൻ അമ്മയോട് പറഞ്ഞാൽ മതി എന്നാണ് എല്ലാവരും പറയുക.

''വേഗം കൊണ്ടുപോയി കൊടുത്തിട്ട് ഓടിവാ.. ഉച്ചയായി.'' അമ്മ പറഞ്ഞു.

നാല് കുപ്പികൾ തന്നു അമ്മ. അവ കക്ഷത്തിലും കൈയിലും വെച്ച് നടന്നു. അനന്തുവിന്റെ വീട് കഴിഞ്ഞ് മൂന്ന് വീടുകളിൽ കൊടുത്തു. അത് കഴിഞ്ഞാണ് നീലാസവം. അതുകൊണ്ട് അവിടെയെത്തുമ്പോഴേക്കും ബാക്കി ഒരു കുപ്പിയായി. ഭാഗ്യം. അനന്തു വിചാരിച്ചു.

ഗേറ്റ് തള്ളിത്തുറന്നു നോക്കുമ്പോൾ വലിയ ഒരു മുറ്റം. വൈദ്യരുടെ മുറ്റത്തെപ്പോലെ പൂന്തോട്ടമില്ല. മാഷ്ടെ മുറ്റത്തേപ്പോലെ

മാവുകളുമില്ല. കുറെ പനമ്പുകൾ നിവർത്തിയിട്ടുണ്ട്. അനന്തു അതിനിടയിലൂടെ കടന്ന് പകുതിയെത്തിയപ്പോൾ ഒരു കുര. കൂടെ കൂട്ടക്കൊര. അനന്തു ഓടാൻ തുടങ്ങിയപ്പോഴേക്കും ഒരു ശബ്ദം കേട്ടു.

''മോനേ, പേടിക്കേണ്ട. പട്ടി കൂട്ടിലാണ്. കടിക്കില്ല.''

വിൻസന്റ് ചേട്ടന്റെ അമ്മച്ചിയാണ്. അനന്തു പേടിച്ച്, പേടിച്ച് ഒരു വശത്തൂടെ വീട്ടിലേക്ക് ചെന്നു. അമ്മച്ചി പാല് വാങ്ങി അകത്തേക്ക് പോയി.

എന്തിനാണാവോ ആ പായകൾ നിവർത്തിയിട്ടിരിക്കുന്നത് എന്ന് അനന്തു ചേച്ചിയാടാണ് ചോദിച്ചത്.

ചേച്ചി പറഞ്ഞു.

''ജോലിക്കാര് വന്ന് അതിൽ ആസവവും മരുന്നുകളും കഷായവും ഉണ്ടാക്കുന്ന വേരുകളും കായകളും അടയ്ക്കയും മറ്റും നിരത്തിയിടും. ഉണക്കാൻ. അവ അരച്ചാണ് മരുന്നുകളുണ്ടാക്കുന്നത്. ജോലിക്കാർ കുറെയുണ്ട്. കമ്പനി ഭാഗത്തേക്ക് മെയിൻ റോഡിലൂടെ വടക്കേ വഴി വളഞ്ഞുപോകണം.''

ആ വഴി അനന്തു പോകാറില്ല.

അതാലോചിച്ച് നിൽക്കുമ്പോഴേക്കും അമ്മച്ചി വന്നു.

''മോന്റെ പേരെന്താ?''

''അനന്തു.''

അപ്പോഴും അനന്തുവിന്റെ കണ്ണ് പട്ടിക്കൂട്ടിലാണെന്നറിഞ്ഞ അമ്മച്ചി വീണ്ടും പറഞ്ഞു.

''പേടിക്കേണ്ട ട്ടോ. പട്ടി കടിക്കില്ല. ധൈര്യായിട്ട് പോരേ...''

എന്തായാലും പടിവരെ പിന്നിലേക്ക് തിരിഞ്ഞു തിരിഞ്ഞു നോക്കിയെങ്കിലും പടിയെത്തിയപ്പോൾ ഒരൊറ്റ ഓട്ടം വെച്ചു കൊടുത്തു.

പിന്നീടുള്ള നാളുകളിൽ അവന്റെ നോട്ടം പച്ച നിറമുള്ള കാറിലായി. അവൻ പാല് കൊണ്ടുപോയി കൊടുക്കാൻ തുടങ്ങിയതിൽപിന്നെ ഷെഡ്ഡിൽനിന്നും ആ കാർ ഇറക്കിയതായി കണ്ടിട്ടില്ല. അവൻ അതിരാവിലെ പോകുന്നതുകൊണ്ടായിരിക്കും. അത്രയും രാവിലെ ആരും പുറത്ത് പോകുന്നുണ്ടാവില്ല. മുമ്പ് ആ കാറ് കാണുമ്പോഴെല്ലാം വയസ്സായ ഒരാളായിരുന്നു പിന്നിലിരുന്നിരുന്നത്. അത് വിൻസന്റ് ചേട്ടന്റെ അപ്പനായിരുന്നു. അച്ഛാച്ചൻ പഠിപ്പിച്ച ആള്. മൂത്ത കേലൻ. ഇപ്പോൾ ആളെ കാണാറില്ല.

അച്ഛാച്ഛനെയും അനന്തു കണ്ടിട്ടില്ല. അവൻ ജനിക്കുംമുമ്പ് അവർ മരിച്ചുപോയി. കേട്ടുകേൾവിയനുസരിച്ച് അച്ഛാച്ഛനും ജോത്സ്യനായിരുന്നു. പഞ്ചാംഗം നോക്കി നാളും മുഹൂർത്തവും പറഞ്ഞു കൊടുക്കുന്ന ആൾ. വിഷുഫലവും പറയുമത്രെ.

വിഷുവിൻനാൾ ക്ഷണിക്കപ്പെട്ട പല വീടുകളിലും ചെന്ന് അടുത്ത കൊല്ലത്തെ ഭാവികാര്യങ്ങൾ പറയുന്നതാണ് വിഷുഫലം. വിഷുവിൻനാളിലാണത്രെ പുതുവർഷം ആരംഭിക്കുക. എന്നാൽ ഇങ്ങനെയുള്ള ജോലികൊണ്ട് കാശ് കിട്ടില്ലത്രെ. പ്രവചനത്തിന് മാത്രം കാശിന്റെ കണക്ക് പറയാനാവില്ലല്ലോ. അതുകൊണ്ടാണ് അച്ഛാച്ഛൻ എഴുത്ത് പഠിപ്പിച്ചുകൊണ്ടിരുന്നത്. ആശാൻ എന്നാൽ എഴുത്താശ്ശാൻ എന്നാണർത്ഥം. അച്ഛനും അമ്മായിയും അച്ഛാച്ഛനിൽ നിന്നാണ് എഴുത്ത് പഠിച്ചതത്രെ.

അനന്തുവിന്റെ സംശയം അതൊന്നുമല്ല. സ്കൂളൊന്നുമില്ലാത്ത നാടോ?

വായിക്കാനും എഴുതാനും പറ്റുമോ?

അനന്തു അഞ്ച് വയസ്സായപ്പോഴേക്കും മലയാളത്തിൽ എഴുതാനും വായിക്കാനും പഠിച്ചു.

കഥകൾ വായിക്കാം.

പദ്യം ചൊല്ലാം. ഇംഗ്ലീഷിൽ പല വാക്കുകളും അറിയാം.

ഇപ്പോൾ ഹിന്ദിയും പഠിച്ചു തുടങ്ങി.

അന്നുള്ളവരെല്ലാം എങ്ങനെയാണാവോ വായിച്ചിരുന്നത്? ബോർഡൊക്കെ വായിക്കുന്നത്?

കേലന് അതെല്ലാം അറിയാമായിരിക്കാം.

അച്ഛാച്ഛനാണല്ലോ പഠിപ്പിച്ചത്.

എന്തായാലും അപ്പൂപ്പനെ ഇതുവരെ പുറത്ത് കണ്ടിട്ടില്ല. പച്ചക്കാർ പുറത്തിറങ്ങുന്നുമില്ല.

പിന്നീട്...

പിന്നീട്...

പിന്നീട്...

വളരെ വൈകിയാണറിഞ്ഞത്...

അപ്പൂപ്പൻ മരിച്ചുപോയിരുന്നു.

ചുവന്ന ഭാണ്ഡങ്ങൾ

ചില ജീവിതങ്ങൾ അങ്ങനെയാണ്. പച്ചയും ചോപ്പും നീലയും ചേർന്നിരിക്കുമെന്ന് തോന്നും. അവ ഒരാൾക്ക് യോജിച്ചതാണോ എന്നറിയാതെ ഓരോരുത്തരും ജീവിച്ചുതീർക്കും.

നിറങ്ങളിൽ നിന്നാണോ ജീവിതം കരുപ്പിടിപ്പിക്കുന്നത്? ആയിരിക്കാം. ചോപ്പ്, നീല, പച്ച?

കമ്മ്യൂണിസം എന്ന് കേട്ടത് അച്ഛന്റെ ചുവന്ന ഷർട്ടിൽനിന്നും കാക്കി ട്രൗസറിൽനിന്നുമാണ്. അതിലൂടെ അച്ഛന് മറ്റൊരു മുഖമുണ്ടെന്നും. തെക്കെ ചായ്പ്പിലെ തുണിയുടെ ഭാണ്ഡങ്ങളെപ്പറ്റി നാൾക്കുനാൾ അനന്തുവിന്റെ ജിജ്ഞാസ വർദ്ധിച്ചു വന്നു.

ചുവന്ന ഷർട്ടുകൊണ്ട് കൂട്ടിക്കെട്ടിയതുകൊണ്ടാണ് അവ ചുവന്ന ഭാണ്ഡങ്ങളായത്. ചില ഭാണ്ഡങ്ങളിൽനിന്നും കാക്കി ട്രൗസറും തൂങ്ങിനിൽക്കുന്നുണ്ട്. അയയിൽ നിന്നും തൂങ്ങിക്കിടന്ന ഭാണ്ഡം നീണ്ട വെള്ള തുണിയിലാണ് കെട്ടിയിട്ടിരിക്കുന്നത്. അതിൽ അരിവാളിന്റെയും നെൽക്കതിരിന്റെയും പടം വരച്ചിട്ടുണ്ട്. കൂടെ സമ്മേളനം എന്നൊക്കെ എഴുതിയതും അനന്തു കണ്ടിട്ടുണ്ട്.

ചേച്ചി പറഞ്ഞ് കേട്ടിട്ടുള്ളത്, അച്ഛൻ അത് മീറ്റിംഗിനും സമ്മേളനത്തിനും ജാഥയ്ക്ക് പോകുമ്പോൾ ഇടാറുള്ളതാണ്. പൊലീസുകാർക്കും പട്ടാളക്കാർക്കും മാത്രമേ യൂണിഫോം ഉള്ളൂവെന്നാണ് അനന്തു മനസ്സിലാക്കിയിട്ടുള്ളത്. അച്ഛൻ ഇത് രണ്ടുമല്ല. പിന്നെ എന്തായിരിക്കും?

അനന്തുവിന്റെ ജിജ്ഞാസയ്ക്കുള്ള മറുപടി ചേച്ചിയിൽനിന്ന് കിട്ടിയതിങ്ങനെ:

''അച്ഛൻ കമ്മ്യൂണിസ്റ്റുകാരനാണ്. പൊലീസുകാർക്കെതിരെ ഇടയ്ക്കിടയ്ക്ക് ജാഥയുണ്ടാവും. അത് കഴിഞ്ഞ് മീറ്റിംഗും. അച്ഛന്റെ നേതാവാണ് അച്യുതമേനോൻ.''

അച്യുതമേനോനെ അനന്തുവിന് അറിയാം. വീടിന്റെ ഇറയത്തെ പടിഞ്ഞാറേ വാതിലിന് മുകളിൽ വെച്ചിരിക്കുന്ന മൂന്ന് ഫോട്ടോകളിൽ ആദ്യത്തേത് അച്യുതമേനോനാണ്. നടുവിൽ ഇ.എം.എസ്സാണ്. മൂന്നാമത്തേത് എ.കെ.ജിയും. മൂന്നുപേരും നേതാക്കളാണ്. പക്ഷേ അച്ഛന്റെ നേതാവ് അച്യുതമേനോനാണ് എന്നു മാത്രം.

''ചേച്ചി കണ്ടിട്ടുണ്ടോ ജാഥയ്ക്ക് പോകുന്നത്?''

''പിന്നെ, പല പ്രാവശ്യം. കമ്പനിയിൽനിന്നും വന്ന് മുണ്ട് മാറ്റി കാക്കി ട്രൗസറും ചുവന്ന ഷർട്ടുമിട്ടാണ് അച്ഛൻ പടി കടന്നു പോവുക. ആരോടും ഒന്നും പറയില്ല.''

''ഒരുപോക്ക് പോയാൽ ഇനി രണ്ട് മൂന്ന് ദിവസത്തേക്ക് നോക്കണ്ട. അതുവരെ എവിടെ, എങ്ങനെ കഴിയുന്നത് എന്ന് ആർക്കറിയാം.''

അമ്മ ഇടയ്ക്ക് പറയുന്നത് കേൾക്കാം.

അച്ഛനെങ്ങോട്ടാണ് പോകുന്നത്, എവിടെയാണ് കഴിയുന്നത്, ഏത് പൊലീസുകാർക്കെതിരായാണ് സമരം നടത്തുന്നത്, അവർ തല്ലില്ലേ, എന്നൊക്കെ അനന്തു വിചാരിച്ചിട്ടുണ്ട്.

ചിലപ്പോൾ യൂണിഫോമിട്ടതുകൊണ്ട് തല്ലില്ലായിരിക്കും. പൊലീസുകാർ വിചാരിച്ചിട്ടുണ്ടാവും ജാഥയിലുള്ളവർ പട്ടാളക്കാരാണെന്ന്. പൊലീസുകാരേക്കാൾ മേലെയാണ് പട്ടാളക്കാരെന്ന് അനന്തുവിന്നറിയാം. യുദ്ധത്തിൽ വെടിവെക്കാൻ പോകുന്നത് പട്ടാളക്കാരാണ്, പൊലീസുകാരല്ല.

''**അ**ച്യുതമേനോൻ വീടിന്റെ മുന്നിലുള്ള മൈതാനത്ത് വന്ന് പ്രസംഗിച്ചിട്ടുണ്ട്. അച്ഛൻ പറഞ്ഞിട്ടാണ്. കുമാരച്ചോനും വേലുച്ചോനും കൃഷ്ണൻകുട്ടിച്ചോനും അച്ഛൻ പണിയെടുക്കുന്ന കമ്പനിയിലാണ് ജോലി. മൈതാനത്തിന്റെ ചുറ്റുമുള്ളവരാണവർ. കമ്പനിസമരത്തെപ്പറ്റിയും ബോണസ്സിനെപ്പറ്റിയുമെക്കെ പ്രസംഗിക്കും. ഇവർ അത് കേട്ട് പിറ്റേ ദിവസം ജാഥയ്ക്ക് തയ്യാറായി പോണം.''

സമരവും ബോണസ്സും എന്താണെന്ന് ചോദിച്ചാൽ ചേച്ചിക്കും അറിയില്ല. മൂന്ന് ദിവസമൊക്കെ എവിടെയാണ് കഴിയുക, എന്താണ് കഴിക്കുക, എവിടെയാണ് ഉറങ്ങുക എന്നൊന്നും ചേച്ചിക്കറിയില്ല. മൂന്നാം ദിവസമോ നാലാം ദിവസമോ ക്ഷീണിച്ച്, മുഷിഞ്ഞ വേഷവുമായി വരുമെന്ന് മാത്രം അറിയാം.

''വന്നോ മോളെ, കുളിച്ചു കഴിഞ്ഞൂച്ചാ ചോറ് കൊണ്ട് വെക്ക്. അല്ലെങ്കിൽ മൂടിവെക്ക്.''

അമ്മ ചേച്ചിയോട് പറയുന്നത് കേൾക്കാം. അപ്പോൾ അമ്മ ചീത്ത യൊന്നും പറയില്ല. ചോറുണ്ട് കിടന്നോട്ടെ എന്ന് വിചാരിച്ചിട്ടായി രിക്കാം. മൂന്നാല് ദിവസമൊന്നും കാര്യമായി കഴിച്ചിട്ടുണ്ടാവില്ലെന്ന് അമ്മയ്ക്കും അറിയാം.

പക്ഷേ അച്ഛൻ ചോറുണ്ട്, കട്ടിലിൽ പായ വിരിച്ച്, കുറെ നേരം ആലോചിച്ചിരിക്കും. രണ്ട് മൂന്ന് ദിവസത്തേക്ക് ആരോടും മിണ്ടില്ല. ആർക്കും വേണമെങ്കിലും ആ വാതിലിലൂടെ കടന്ന് അങ്ങോട്ടു മിങ്ങോട്ടും പോകാം. മുറ്റത്ത് കളിക്കാം. അച്ഛൻ അതൊക്കെ കാണുന്നു ണ്ടെങ്കിലും ഏതോ ആലോചനയിലായിരിക്കും. ഒന്നോ രണ്ടോ ബീഡി വലിച്ചുകഴിഞ്ഞാൽ കിടന്നുറങ്ങും. പിന്നെ ജോലിക്ക് പോകും.

അപ്പോൾ അമ്മ വീണ്ടും പരാതി പറയാൻ തുടങ്ങും.

''എന്റെ ഒരു കഷ്ടപ്പാട്. ഇവിടെ വന്നു കേറിയതിൽപ്പിന്നെ തുടങ്ങിയതാണ് ദുരിതം. നാഴിയരിക്ക് വല്ല മാപ്പിളമാരുടെ പാടത്ത് മുട്ടുവരെയുള്ള ചേറിൽനിന്ന് ചക്രശ്വാസം വലിക്കണം. കൊയത്തും കറ്റയുമായി നീന്തണം. കുനിഞ്ഞ് കുനിഞ്ഞ് നടു നീർത്താൻ പറ്റാ ണ്ടായി. ഇതൊന്നും കാണാനും കേൾക്കാനും ആരൂല്യ.''

കേട്ടാലും അച്ഛനൊന്നും മിണ്ടില്ല. ചേച്ചിയുടെ അഭിപ്രായത്തിൽ അമ്മയാണ് ശരി. ഞങ്ങൾക്ക് ഓർമ്മ വെച്ച നാൾമുതൽ അമ്മ പാടത്ത് പണിക്ക് പോകുന്നും വൈകുന്നേരം വരെ കഷ്ടപ്പെടുന്നതും നിത്യം കാണുന്നതല്ലേ. അച്ഛന് അതിന് ഉത്തരമില്ലാത്തതുകൊണ്ടാണ് മിണ്ടാ തിരിക്കുന്നുത്.

എന്നാൽ അനന്തുവിന് സംശയമുണ്ട്. അച്ഛൻ രാത്രിയിലും ജോലിക്ക് പോയി വരുന്നുണ്ടല്ലോ. ഉറങ്ങാൻപോലും പറ്റാതെയാണ് ജോലി ചെയ്യുന്നത്. തന്നെയുമല്ല അമ്മ ഇപ്രകാരം പറയുന്നതും കേട്ടിട്ടുണ്ട്.

''ഇവിടൊരാള് ചൂടത്ത് പഞ്ഞിപ്പൊടി തിന്ന് വിയർത്തൊലിച്ച് ഉണ്ടാക്കിക്കൊണ്ട്ണതല്ലേ കൊണ്ടോയി കൊടുക്കണ്ത്.''

ചേച്ചി അതെന്താണെന്ന് പറയും.

''കമ്പനിയിൽ പഞ്ഞി നൂലാക്കുന്നത് യന്ത്രങ്ങളാണ്. ഗാന്ധിജി നൂൽ നൂൽക്കുന്ന ചർക്കയിലല്ല. യന്ത്രങ്ങൾ പ്രവർത്തിക്കുന്നതു

കൊണ്ട് കമ്പനിക്കുള്ളിൽ നല്ല ചൂടാണ്. അതിനുള്ളിൽനിന്നും വരുന്ന ഇഴനൂൽ പൊട്ടുന്നത് ഏച്ചുകൂട്ടി കൊടുക്കണം. കണ്ണ് തെറ്റിയാൽ ഇഴ പൊട്ടുമെന്ന് മാത്രമല്ല കൈ യന്ത്രത്തിനുള്ളിൽ പെടുകയും ചെയ്യും. അങ്ങനെ കൈ നഷ്ടപ്പെട്ട കുറെ പേരുണ്ട്. അച്ഛൻ ശ്രദ്ധിച്ചു ചെയ്യുന്നതുകൊണ്ട് ഇതുവരെ ഒന്നും പറ്റിയിട്ടില്ല. മുതലാളിമാർ കണ്ണിൽ ചോരയില്ലാത്തവരാണ്. തൊഴിലാളികൾക്ക് എന്തെങ്കിലും പറ്റിയാൽ തിരിഞ്ഞു നോക്കില്ലത്രെ. മറ്റുള്ളവർ താങ്ങി ആശുപത്രി യിൽ കൊണ്ടോണ്ടി വരും.''

''കാശ് ആരാ കൊണ്ടോയി കൊടുക്കണേ?''

അക്കാര്യം അനന്തുവിന് മനസ്സിലായില്ല. പിന്നെ കാശിന്റെ കാര്യം... അച്ഛൻ ചെപ്പ് തുറക്കണത് അനന്തു ഇതുവരെ കണ്ടിട്ടില്ല. അതിനുള്ള മറുപടി അനന്തുവിന് കിട്ടിയത് കിഴക്കേ ഇറയത്ത് വെച്ച് അച്ഛമ്മ കേൾക്കാതെ ചേച്ചി പറഞ്ഞുതന്നു.

''ശമ്പളം കിട്ടിയാൽ കമ്പനിയിലെ പറ്റ് കഴിച്ച് ബാക്കി അമ്മ യുടെ കൈയിൽ കൊടുക്കും. അമ്മ അത് ഒരു ചെപ്പിലടച്ചുവെക്കും. അച്ഛൻ പിന്നെ അത് തുറക്കാറില്ല. പക്ഷേ അതിൽനിന്നും കാശ് കുറഞ്ഞു കുറഞ്ഞു വരും. അച്ഛമ്മ അമ്മായിക്ക് കൊടുക്കാൻ എടു ക്കുന്നതാണ് എന്നാണ് അമ്മ പറയുന്നത്. എന്നാൽ അതൊക്കെ പണ്ട്. ഇപ്പോൾ...''

അമ്മ പറയുന്നതുപോലെ ചേച്ചി തുടർന്നു.

''എനിക്കെന്താ, ഇവിടൊരു പെൺകുട്ടി പത്താം ക്ലാസ്സ് കഴിയാ റായി. കുട്ടീടെ കഴുത്തിൽ നൂലിന്റെ പൊന്നില്ല. ഒരു കുറിയുള്ളത് വട്ടമെത്തണമെങ്കിൽ കാലമെത്ര കഴിയണം?''

അതിനും ചേച്ചിക്ക് വിശദീകരണമുണ്ട്.

''വീട്ടിൽ കാശില്ലാത്തതുകൊണ്ട് തനിക്ക് ചെയിൻ വാങ്ങിക്കാൻ പറ്റുന്നില്ല. എന്റെ ക്ലാസ്സിലെ എല്ലാ കുട്ടികൾക്കും ചെയിനുണ്ട്.''

ഇത് പറയുമ്പോൾ ചേച്ചിക്ക് അൽപ്പം സങ്കടം ഉണ്ട് എന്ന് അനന്തു വിന് തോന്നിയിട്ടുണ്ട്. ചേച്ചിക്ക് സ്വർണ്ണമാലയ്ക്ക് കൊതിയുണ്ട്. ഇടയ്ക്കൊക്കെ കണ്ണാടിയുടെ മുന്നിൽ ചെന്ന് നോക്കിനിൽക്കുന്നത് അനന്തു കണ്ടിട്ടുണ്ട്. സ്വർണ്ണമാലയിട്ടാൽ ചേച്ചിയെ കാണാൻ നല്ല ഭംഗിയുണ്ടാവും. അനന്തുവിന് തോന്നി.

എന്നാൽ അനന്തു എന്തു ചെയ്യും?

എന്നാൽ ഇക്കാര്യം കേൾക്കുമ്പോഴൊക്കെ അച്ഛൻ പടി കന്നു പോകുന്നതും അനന്തു കണ്ടിട്ടുണ്ട്.

ചോനേടൻ മാപ്ലേടെ ചായപ്പീടികയിലേക്കാണ് പോക്ക്. അവിടെയുള്ള പേപ്പർ വായിച്ചിരിക്കലാണ് പണി. ചിലപ്പോൾ ചായ കുടിക്കും. കുറെ സമയം കഴിഞ്ഞിട്ടേ പിന്നെ വീട്ടിലേക്ക് വരൂ. ചോറുണ്ട്, ഡ്രസ്സ് മാറി കമ്പനിയിലേക്ക് പോകും.

"ഇപ്പോഴെന്താ ചോപ്പ് ഷർട്ടും കാക്കി ട്രൗസറും ഇട്ട് അച്ഛൻ പോവാത്തേ?"

അനന്തു ഒരു ദിവസം ചേച്ചിയോടുതന്നെ ചോദിച്ചു.

"അതൊക്കെ ജാഥയ്ക്ക് പോവുമ്പോഴല്ലേ വേണ്ടൂ. ഇപ്പോ ജാഥയൊന്നും ഇല്ലല്ലോ."

"അതെന്താ ജാഥയില്ലാത്തേ?"

"ഇപ്പോ അച്യുതമേനോനല്ലേ മുഖ്യമന്ത്രി. പൊലീസുകാരൊക്കെ അവര് പറയുന്നത് അനുസരിച്ചോളും. തൊഴിലാളികളെ അടിക്കില്ല. അപ്പോൾ പിന്നെ ജാഥ നടത്തേണ്ടതില്ലല്ലോ."

ശരിയാണ്. പൊലീസുകാര് അച്ഛന്റെ നേതാവ് പറയുന്നത് കേൾക്കുമെങ്കിൽ പിന്നെ സമരം ചെയ്യേണ്ട ആവശ്യമില്ലല്ലോ. പട്ടാളക്കാരുടെ വേഷമിട്ട് അവരെ പേടിക്കേണ്ടല്ലോ. അനന്തുവിന് കാര്യങ്ങളുടെ കിടപ്പ് മനസ്സിലായി.

പിന്നെ ഒരു സംശയം കൂടി ബാക്കിയുണ്ട് അനന്തുവിന്. അതും അമ്മയുടെ സംസാരത്തിൽ നിന്നുതന്നെ ഉണ്ടായതാണ്.

"ഒരു കൂട്ടര് പെണ്ണന്വേഷിച്ച് വരുമ്പോൾ വീട്ടുകാരൻ ജാഥയ്ക്ക് പോയിരിക്ക്വാ, അവർ ചോദിച്ചേന് ഞാനെന്ത് പറയാനാ? എവിടെയാണ് മീറ്റിംഗെന്ന് എനിക്കറിയ്യോ. ഈ കുട്ടീടെ കാര്യം കഴിയും വരേക്കും ഒന്ന് വീട്ടിലിരുന്നൂടെ?"

പൂർണ്ണമായി മനസ്സിലാവാറില്ലെങ്കിലും ഈ വിഷയത്തെക്കുറിച്ച് അനന്തു ചേച്ചിയോട് ചോദിച്ചില്ല. ചേച്ചിയുടെ കല്യാണക്കാര്യമാണ്. ചെക്കനും കൂട്ടരും വന്ന സമയത്ത് അച്ഛൻ ജാഥയ്ക്ക് പോയിരിക്കയായിരുന്നു. ആ കല്യാണാലോചന മുടങ്ങുകയും ചെയ്തു.

ഇത്രയും അനന്തു ഊഹിച്ചെടുത്തു.

എങ്കിലും അച്ഛനില്ലെങ്കിലെന്താ? അവർക്ക് പെണ്ണിനെ കണ്ടാൽ പോരെ? അനന്തു വലുതായിരുന്നെങ്കിൽ അമ്മയോട് പറയാമായിരുന്നു.

ഇതൊക്കെ പറയുമ്പോൾ, കേൾക്കുമ്പോൾ അച്ഛൻ വഴക്കുണ്ടാക്കുമെന്നും ചീത്ത പറയുമെന്നുമാണ് ഞങ്ങളൊക്കെ കരുതിയിരുന്നത്. എന്നാൽ അച്ഛൻ ഒന്നും മിണ്ടാറില്ല. തെറ്റ് സമ്മതിക്കുന്നതുപോലെയാണ്.

ഒന്നാമത്തെ കാര്യം, ചേച്ചിക്ക് ചെയിൽ വാങ്ങിക്കുന്നത്. അത് പെട്ടെന്ന് നടക്കില്ല. കാരണം അതിന് കുറെ കാശ് വേണം. കമ്പനിയിൽനിന്നും അത്രയ്ക്കൊന്നും കാശ് അച്ഛന് കിട്ടില്ല. കമ്പനിയിൽ ഒരു കുറിയിൽ ചേർന്നിട്ടുണ്ട്. അത് പെട്ടെന്ന് കിട്ടുകയുമില്ല. കുറി വിളിച്ചാൽ നഷ്ടവുമാകും.

പിന്നെ അച്ഛൻ എന്ത് ചെയ്യും?

പിന്നെ അതെല്ലാം കല്യാണം ശരിയാവുമ്പോഴല്ലേ വേണ്ടൂ. അതുവരെ നീട്ടിക്കൊണ്ടുപോകുന്നതായിരിക്കാം അച്ഛൻ. അക്കാര്യത്തിൽ അച്ഛനെ കുറ്റം പറയാനുമാവില്ല.

രണ്ടാമത് മീറ്റിംഗ്...

എല്ലാ തൊഴിലാളികളും പങ്കെടുക്കേണ്ട സമരമാണെങ്കിൽ അച്ഛൻ മാത്രം അതിൽനിന്നും എങ്ങനെ മാറിനിൽക്കും? മാത്രമല്ല ബോണസ്സിനും മറ്റുമല്ലേ സമരം. മുതലാളിയാണെങ്കിൽ വലിയ വാശിക്കാരനാണ്. ബോണസ് തരില്ലെന്നും കമ്പനി നഷ്ടമാണെന്നുമൊക്കെയാണ് മുതലാളി പറയുന്നത്രെ. അത് ശരിയാണോ ആവോ.

എല്ലാവരും ഒറ്റക്കെട്ടായി സമരം ചെയ്താലേ ബോണസ്സ് കിട്ടൂ. അതുകൊണ്ടാണ് കല്യാണാലോചന വരുമെന്നറിഞ്ഞിട്ടും സമരത്തിന് പോയത്.

എന്തായാലും അനന്തുവിന് അച്ഛനെ ഇക്കാര്യത്തിൽ കുറ്റം പറയാൻ തോന്നിയില്ല.

എന്നാലും അനന്തു അലോചിച്ചു. പിന്നെ അച്ഛൻ എന്തുകൊണ്ടാവും പിന്നീടൊരിക്കലും അച്ഛൻ ജാഥയ്ക്ക് പോവാതിരുന്നത്?

അതിന് മാത്രം അനന്തുവിന് ഉത്തരം കിട്ടിയില്ല.

കൊയ്ത്തും കഴുത്തും

എന്തിനാണ് പാടങ്ങൾ? ജീവിക്കാൻ, അദ്ധ്വാനിക്കാൻ.

പച്ചപ്പ് നിറഞ്ഞ പാടങ്ങൾ ഞങ്ങൾക്ക് അന്നമാണ്. അതില്ലായിരുന്നുവെങ്കിൽ ജീവിക്കാൻ വേണ്ട കരുത്ത് ഒരിക്കലും ഉണ്ടാകുമായിരുന്നില്ല. അനന്തു ഓർക്കുകയായിരുന്നു. കാരണമുണ്ട്. ഇന്ന് കൊയ്ത്താണ്. കൊയ്യാൻ പോകണം. അമ്മയും മക്കളും കൂടി. കൊയ്ത്ത് വടക്കൻത്തരുത്തിലാണ്. നെടുംതോടിനുമപ്പുറമുള്ള പാടം. ആന്റോമാഷ്ടെ കൃഷിയുമുണ്ടവിടെ. കൊല്ലത്തിൽ ഒരു വിരിപ്പ്. ബാക്കിയുള്ള സമയമെല്ലാം വെള്ളം മൂടിക്കിടക്കും. അരയ്ക്കുവരെ വെള്ളം കാണും. വടക്കൻത്തുരുത്ത് കൊയ്ത്തിന് സ്ഥിരം പണിക്കാര് കുടുംബത്തോടെ പോകും.

അമ്മയും കൊച്ചമ്മുച്ചോത്തിയും അമ്മുക്കുട്ടിച്ചോത്തിയും സരോജനിച്ചോത്തിയും ചാത്തൻപ്പുലയനും കാളിപ്പുലയത്തിയും മറ്റും മറ്റും. എല്ലാവരുടെ വീട്ടിൽനിന്നും മുതിർന്നവരുടെ കൂടെ കറ്റയെടുക്കാൻ കുട്ടികളുമുണ്ടാവും.

അമ്മയുടെ കൂടെ ചേച്ചിമാരും ജഗുവും അനന്തുവുമുണ്ട്. കലത്തിൽ കഞ്ഞിയും കുടത്തിൽ കുടിക്കാനുള്ള വെള്ളവുമുണ്ട്. കാരണം ഇനി കൊയ്ത്ത് കഴിഞ്ഞിട്ടേ എല്ലാവരും വീട്ടിലേക്ക് മടങ്ങുകയുള്ളൂ.

അരിവാളും കറ്റ കെട്ടാനുള്ള വള്ളികളുമായി അമ്മ ആദ്യം പോയിട്ടുണ്ടാവും. പിന്നാലെ കഞ്ഞിക്കലവും മറ്റുമായി ചേച്ചിമാരും.

ശശിയും ജഗുവും അനന്തുവുമൊക്കെ പിന്നാലെ സാവധാനം ചെല്ലും. കൊയ്ത്ത് തുടങ്ങി കറ്റയാവുമ്പോഴേക്കും ചെന്നാൽ മതിയല്ലോ.

കൃഷ്ണൻകുട്ടിച്ചോന്റെ പറമ്പിലൂടെ ഇറങ്ങിയാൽ കോള്പാടമായി. നടവരമ്പത്തൂടെ നടന്ന് കേറിയാൽ പാനോളായി.

മലവെള്ളസമയത്ത് നാലുപാടും വെള്ളം മൂടിയാലും പൊങ്ങി നിൽക്കുന്ന ദ്വീപാണ് പാനോള്.

പാനോളിന്റെ വലതുഭാഗത്താണ് മുച്ചക്കുളം. കോളിലുള്ളത് കൈതക്കുളം. മുച്ചക്കുളത്തിൽ അനന്തുവും കൂട്ടരും കുളിക്കാൻ പോകാറുണ്ട്. കാരണം അതിന് ആഴം കുറവാണ്. കുളക്കരയുമുണ്ട്.

കൈതക്കുളത്തിന് കരയില്ല. അതങ്ങനെ നീണ്ടുകിടക്കുന്ന വെള്ള പ്പരപ്പാണ്. ചുറ്റും കൈതക്കാടായതുകൊണ്ടാണ് കൈതക്കുളമെന്ന് വിളിക്കുന്നത്. അതിന്റെ ആഴവും ആർക്കുമറിയില്ല.

കുളക്കോഴികൾ മുങ്ങാംകുഴിയിട്ട് കുറെ നേരം കഴിയുമ്പോൾ പൊങ്ങുന്നത് അനന്തു കണ്ടിട്ടുണ്ട്. കാല് തെറ്റിയെങ്ങാനും വീണാൽ പിന്നെ പറയേണ്ടതില്ല. അതിനാൽ ആരും പോകാറില്ല.

പാനോള് കഴിഞ്ഞ് നേരെ പടിഞ്ഞാറോട്ട് ഒരു കിലോമീറ്ററുണ്ട് വടക്കൻത്തുരുത്തിലേക്ക്. കണ്ടങ്ങൾക്കിടയിൽ പറമ്പും കാണാം. കള്ളിപോലയുള്ള വരമ്പിൽക്കൂടി നടന്നാൽ റോഡിലെത്താം. പാടം കടന്നുവേണം മറിയടീച്ചറുടെ പറമ്പിലൂടെയിറങ്ങി തുരുത്തുപാട ത്തെത്താൻ. നെടുംതോടിന്റെ മറുകരയിൽ. നെടുംതോട് ഒരു പുഴ യോളം തന്നെയുണ്ട്.

ആദ്യത്തെ കണ്ടത്തിൽനിന്നും കൊയ്ത്ത് തുടങ്ങിയാൽ കറ്റ മുക്കി വെള്ളത്തിലൂടെ വലിച്ചു കേറ്റണം. അരയ്ക്കൊപ്പം വെള്ള മുണ്ടാകും. അമ്മയും ചേച്ചിമാരും കൂടി കറ്റ വലിച്ച് വരമ്പത്ത് കുത്തി നിർത്തും. വെള്ളം വാരാൻ.

വെള്ളം വാർന്നാൽ രണ്ടോ മൂന്നോ ചുരുട്ട് വീതമുള്ള കറ്റ കെട്ടി ജഗുവിന്റെയും അനന്തുവിന്റെയും ശശിയുടെയും തലയിൽ വെച്ചു തരും. വഴുക്കുന്ന വരമ്പിലൂടെ തലയിൽ കറ്റയും വെച്ച് നടക്കുക യെന്നത് ഒരുതരം സർക്കസ് തന്നെയാണ്. ഒറ്റയ്ക്കൊറ്റയ്ക്കേ നടക്കാൻ പറ്റൂ. അമ്മയും ചേച്ചിമാരും കറ്റയുമായി പിറകെത്തന്നെ യുണ്ടാവും. ഒരു വശത്ത് നെടുംതോടും മറുവശത്ത് അരയ്ക്കൊപ്പം വെള്ളമുള്ള കൊയ്ത്തുപാടങ്ങളും.

കുട്ടികളിൽ ആരെങ്കിലും വഴുക്കി വീണാൽ തമ്മിൽ തമ്മിൽ സഹായിച്ച് വീണ്ടും കറ്റ തലയിൽ കേറ്റും. മുന്നോട്ട് നടക്കും. അധികം ഭാരമില്ല. എന്നാൽ ചേച്ചിമാർ വീണാൽ അങ്ങനെയല്ല. ആകെ ചളി യിൽ നനയുമെന്ന് മാത്രമല്ല, കറ്റ വലിച്ചു കേറ്റാൻ മറ്റ് അമ്മമാർ വരേണ്ടിവരും. അത്രയും ചീത്തയും കേൾക്കേണ്ടി വരും. അവർക്കു ള്ളത് നല്ല കനമുള്ള കറ്റയാണ്. അതുകൊണ്ട് തനിച്ച് തലയിൽ

കേറ്റാനും പറ്റില്ല. ഒരുവിധത്തിൽ കറ്റയും തലയിലേറ്റി വിഷമിച്ച് ഞങ്ങളുടെ പിറകേ തന്നെയുണ്ടാവും.

പാടവും പറമ്പും കേറി റോഡിലെത്തിയാൽപ്പിന്നെ സുഖമാണ്. വഴുക്കില്ല. എന്നാൽ ബസ് വന്നാൽ ഒരു വശത്തേക്ക് മാറി ഒതുങ്ങി നിൽക്കണം. റോഡിനിരുവശവും കിടങ്ങുപോലെ തോടുകളാണ്.

റെയിൽപ്പാതവളവിലെത്തിയാൽ പിന്നെ ഗേറ്റിലേക്ക് പോകാതെ പാത മുറിച്ചു കടക്കും. അതിന് പ്ലാറ്റ്ഫോമിലേക്ക് നേരെ കയറാം. പക്ഷേ ഇരുന്ന് കേറണം. കറ്റവെച്ച് കേറണമെങ്കിൽ നല്ല പരിചയം വേണം. അനന്തുവും കുട്ടികൾക്കും അത് നന്നായി അറിയാം.

ചേച്ചിമാർക്ക് വലിയ കറ്റയായതുകൊണ്ട് പ്ലാറ്റ്ഫോമിന്റെ അറ്റത്തുള്ള ചെരിവിലൂടെ കയറി വരും. പ്ലാറ്റ്ഫോം കഴിഞ്ഞ് റെയിൽവേ സ്റ്റേഷനിലൂടെ കടന്നാൽ ആന്റോമാഷ്ടെ വീടായി. അവിടത്തെ കിഴക്കേ വാതിലിലൂടെ കടന്ന് നടുത്തളത്തിലെത്തി വട്ടത്തിൽ കറ്റയിട്ടാണ് ഓരോരുത്തരും സ്ഥലം പിടിക്കുക. ചുരുട്ടുകളുടെ തല ഉള്ളിലേക്കും കട പുറത്തേക്കുമായി വട്ടം വെക്കും. പിന്നീട് വരുന്ന ചുരുട്ടുകൾ അതിനുമേലെ അടുക്കിവെക്കും.

അനന്തുവും കുട്ടികളും കറ്റ വെച്ച് വെള്ളം കുടിച്ചു കഴിയുമ്പോഴേക്കും മാത്രമേ ചേച്ചിമാരെത്തുകയുള്ളൂ. അവർ പ്ലാറ്റ്ഫോം മുഴുവൻ കയറിയിറങ്ങിയല്ലേ വരവ്. പിന്നെ പതുക്കെയും. അവരുടെ മുഖത്തൂടെ ചളിവെള്ളം ഊർന്നിറങ്ങുന്നുണ്ടാവും. അതുകൊണ്ട് കണ്ണ് ശരിക്കും കാണാനാവില്ല. ചിലരുടെ കറ്റ തലയിൽ ചാടും. എന്നു വെച്ചാൽ ചുരുട്ടിനുള്ളിലൂടെ തല ഉള്ളിലേക്ക് പോയിട്ടുണ്ടാകും. ഒരു ഉദ്ദേശ്യംവെച്ചാണ് അവർ നടക്കുക. അവരെത്തിക്കഴിഞ്ഞാൽ ഞങ്ങൾ അടുക്കിവെച്ച കറ്റയ്ക്ക് മുകളിൽ കൂട്ടും. അടുത്ത നടയ്ക്ക് ഇറങ്ങുന്നതിനു മുമ്പ് അവരും വെള്ളം കുടിക്കും.

അനന്തുവും കൂട്ടരും ഓട്ടമാണ് ആദ്യമെത്താൻ. അതിനോടൊപ്പം ചേച്ചിമാരെത്തില്ല. പിന്നീട് മൂന്നും നാലും നട കഴിയുമ്പോൾ കുട്ടികളും കിതച്ചു തുടങ്ങും. പിന്നെ ചേച്ചിമാരുടെ ഒപ്പം പിടിക്കും. ഉച്ചയ്ക്കുള്ള കഞ്ഞി അമ്മയ്ക്ക് കൊടുത്ത് ചേച്ചിമാരും അനന്തുവും കുട്ടികളും കുടിക്കും. അമ്മയ്ക്ക് കുടിക്കാൻ കുടത്തിലെ വെള്ളമാണ്,

ഉച്ച കഴിഞ്ഞാൽ എല്ലാവരുടേയും പണി പതുക്കെയാവും. കൊയ്ത്തും സാവധാനമാണ്. കൊയ്ത് വെച്ച കറ്റ കൊണ്ടുപോകുന്നില്ലെങ്കിൽ അമ്മമാർ കുട്ടികളെ ചീത്ത പറയാൻ തുടങ്ങും.

''ഇനി ഈ ചേറിൽ നിന്നും കേറി ഈ കറ്റേം ചുമക്കണമല്ലോ.''

ഇങ്ങനെ ചീത്ത കേൾക്കാതിരിക്കാൻ കറ്റയെടുത്തവർ വീണ്ടും വേഗം നടക്കാൻ തുടങ്ങും. എന്തായാലും വൈകുന്നേരമാവുമ്പോഴേക്കും തീർക്കണം. രാത്രിയായാൽ വരമ്പത്തൂടെ നടന്നാൽ വീഴ്ച ഉറപ്പാണ്. ആ സമയത്ത് എല്ലാവരും ഒരു തിരക്കുക്കൂട്ടലാണ്. കൊയ്ത്തുകാരും കണ്ടംപെറുക്കാൽക്കാരും കറ്റക്കാരും എല്ലാം.

അമ്മമാർ കഞ്ഞിക്കലവും കുടവും അരിവാളുമായി കണ്ടത്തിൽ നിന്നും കേറിയാൽ കറ്റയൊന്നും ബാക്കിയില്ലെങ്കിൽ നേരെ പാനോളിലും കോളും കഴിഞ്ഞ് വീട്ടിലേക്ക് പോകും.

കറ്റ അവസാനനടയായി. നേരം ഇരുട്ടിത്തുടങ്ങി. അനന്തുവിന് പ്ലാറ്റ്ഫോമിലേക്ക് കറ്റയുമായി കയറണം. അവനും ചരിവിലൂടെ കയറാൻ ചെന്നു. പെട്ടെന്നാണ് കഴുത്തിന്റെ വലതുഭാഗത്തൊരു മിന്നൽ. വേദനയാണോ തരിപ്പാണോ എന്നറിയില്ല, കണ്ണിൽനിന്നും പൊന്നീച്ച പറക്കുന്നു.

കറ്റ താഴെയിടണോ എന്ന് അനന്തു ആലോചിച്ചു. കഴുത്തുളുക്കിയിട്ടുണ്ട്. കഴുത്ത് ഉളുക്കിയാൽ കറ്റ താഴത്ത് വെച്ചേക്കണം എന്ന് അമ്മ പറഞ്ഞിട്ടുണ്ട്. പക്ഷേ കുട്ടികളൊക്കെ മുന്നിൽ പോയതുകൊണ്ട് കറ്റ കേറ്റിത്തരാൻ ആളില്ല. അനന്തു വേദന സഹിച്ചുകൊണ്ടു തന്നെ കറ്റ ഇടത്തേ തലയിലേക്ക് തള്ളിവെച്ചു. ഇടത്തേ കൈകൊണ്ട് താങ്ങി തലയിലെ ഭാരം കുറച്ചു. ഇനി കുറച്ചുകൂടി മാത്രമേ മാഷ്ടെ കളത്തിലേക്ക് നടക്കാനുള്ളൂ. വേദനയും സഹിച്ച് അനന്തു ഒരുവിധത്തിൽ കറ്റ കൊണ്ടുപോയി ഇട്ടു. അനന്തുവിന്റെ കഴുത്തുപിടുത്തം കണ്ട് ചേച്ചി ചോദിച്ചു.

''കഴുത്ത് ഉളുക്കിയോ?''

''ഉം.''

''വാ, ചേച്ചി വീട്ടിൽച്ചെന്ന് ആവി പിടിച്ചു തരാം.''

ഇനി കറ്റയില്ലാത്തുകൊണ്ട് പാടത്തേക്ക് പോകേണ്ടതില്ല.

മൂന്ന് ദിവസം നീണ്ടുനിന്നു ആ വേദന.

തല ഒരു വശത്തേക്ക് താഴ്ത്തിയിട്ടാണ് അനന്തു കുറച്ചു ദിവസം നടന്നത്.

മെതിയും പതവും

ഇത് ജീവിക്കാനുള്ള ഓട്ടമാണ്. പട്ടിണി ആവാതിരിക്കാൻ.

അമ്മയുടെ ഭാഷയാണത്.

''ക്ടാങ്ങൾക്ക് കഞ്ഞി കൊടുക്കാൻ.''

കൊയ്ത്ത് കഴിഞ്ഞു. അനന്തു ആലോചിക്കുകയായിരുന്നു. ഇനി മെതിയാണ്. കൊയ്ത് കൊണ്ടു വന്ന കറ്റകൾ മെതിച്ച് നെല്ല് എടുക്കൽ. അതാണ് മെതി. കറ്റ മെതിക്കൽ.

ആന്റോമാഷ്ടെയും തങ്കൻവൈദ്യരുടെയും കേലന്മാരുടെയും മിക്ക കളങ്ങളിലും അമ്മയുടെ കറ്റകൾ ഉണ്ടാവും. മറ്റുള്ള അമ്മമാർക്ക് (ചോത്തിമാർക്ക്) ചിലയിടങ്ങളിൽ മാത്രമേ കറ്റകൾ ഉണ്ടാവൂ. പകൽ കൊയ്ത്തും പുലർച്ചെയും വൈകീട്ടുമായി മെതിയും. കറ്റ അധികം കൂട്ടിയിടാൻ പാടില്ല. നെല്ല് പുഴുക്കും.

കറ്റ മെതിക്കാൻ പുലർച്ചെ അമ്മയ്ക്ക് പോണം. പോകുമ്പോൾ അനന്തുവിനെയും വിളിക്കും. എണീക്കാൻ മടിയുണ്ടെങ്കിലും എണീറ്റ് കിട്ടിയാൽ പോകാൻ ഉത്സാഹമാണ്. പുലർച്ചെ ഇരുട്ട് മാറിയിട്ടുണ്ടാവില്ലല്ലോ, ഇടവഴിയിൽ ചിലപ്പോൾ പാമ്പുകളുണ്ടാവും. അപ്പോൾ മുന്നിൽ നടന്ന് ടോർച്ച് അടിക്കണം. അതിനാണ് അനന്തുവിനെ വിളിച്ചെഴുന്നേല്പിക്കുന്നത്.

അനന്തു നേരെ ടോർച്ചടിച്ച് നടക്കുമ്പോൾ അമ്മ ഇടയ്ക്കിടെ പറയും.

''ഇങ്ങോട്ടടിക്ക് മോനേ...''

അമ്മയുടെ മുന്നിലേക്ക് വെളിച്ചം കിട്ടാൻ വേണ്ടിയിട്ടാണ് പറയുന്നത്.

അനന്തു അമ്മയുടെ കൂടെ പോകുന്നത് വെറുതെയൊന്നുമല്ല. ഉദ്ദേശ്യം വേറെയാണ്.

അനന്തുവിന്റെ വീടിന് തൊട്ട് പടിഞ്ഞാറേലേ കുമാരച്ചോൻ ചായക്കട നടത്തുന്നത് റെയിൽവേ ഗേറ്റിന്റെ തൊട്ടടുത്താണ്. കുമാര ച്ചോനും കമലാക്ഷിച്ചോത്തിയും അതിരാവിലെ കട തുറന്ന് പല ഹാരങ്ങളുണ്ടാക്കാൻ പോകും.

പുട്ട്, കടലക്കറി, ദോശ, ചട്ണി, ബോണ്ട, എണ്ണപ്പം തുട ങ്ങിയ പലഹാരങ്ങൾ.

ആന്റോമാഷ്ടെ വീട്ടിലേക്ക് റെയിൽവേ സ്റ്റേഷൻ കഴിഞ്ഞു വേണം പോകാൻ. പോകുന്ന വഴി കുമാരച്ചോന്റെ കടയിൽനിന്നും അനന്തുവിന് അമ്മ പുട്ടും കടലയും അമ്മയ്ക്ക് ചായയും ചില പ്പോൾ ഒരു കഷ്ണം പുട്ടും വാങ്ങും.

അവിടെയിരുന്ന് തിന്നാൻ കമലച്ചോത്തി പറയും. അമ്മയ്ക്ക് മെതിക്കളത്തിൽ എത്താൻ നേരം വൈകുമെന്നറിയാമെങ്കിലും അവിടെയിരുന്ന് മുഴുവൻ കഴിച്ചിട്ടേ അനന്തു അനങ്ങൂ.

അമ്മയ്ക്ക് തിരക്കുണ്ടെങ്കിൽ പൊയ്ക്കോട്ടെ എന്നാവും അനന്തു വിചാരിക്കുക. എന്നാൽ അമ്മ പോവില്ലെന്ന് അനന്തുവിന് നന്നായി അറിയാം. കാരണം റെയിൽവേ പാളത്തിൽ ഒരാൾ തല വെച്ച് മരിച്ചിട്ടുണ്ട് അയാളുടെ പ്രേതമെങ്ങാനും വന്നാലോ എന്നാണ് അമ്മ യുടെ പേടി. അനന്തുവിന് അങ്ങനെ പ്രേതങ്ങളിലൊന്നും വിശ്വാ സമില്ല. കാരണം പ്രേതത്തിനെ ഇതുവരെ കണ്ടിട്ടില്ല, ആളുകൾ പറയുന്നതല്ലാതെ പിന്നെ എന്തിന് പ്രേതത്തിനെ പേടിക്കണം?

അനന്തു ചായ കുടിച്ചു കഴിഞ്ഞാൽ അമ്മ തിരക്ക് കൂട്ടിത്തുടങ്ങും.

‘‘നേരം ഉച്ചയായി. ഇനി എങ്ങനെ മെതിച്ചു കഴിയാനാ?’’ കമല ച്ചോത്തിയോട് അമ്മ പറയും.

‘‘പണിക്കത്ത്യേര് ഒന്ന് സമാധാനമായി ഇത് കഴിച്ചിട്ട് പേയോൻ. ഈ കുട്ട്യേം കൊണ്ട് ഇരുട്ടത്ത് പാതയിൽ തട്ടിത്തടഞ്ഞ് വീഴണ്ട.’’

എന്നാലും പ്ലാറ്റ്ഫോമിൽ കയറി, സ്റ്റേഷൻ മാഷ്ടെ പറമ്പിലൂടെ കടന്ന് വേഗം ആന്റോ മാഷ്ടെ പടി തുറന്ന് കിഴക്കേ വാതിലിലൂടെ മെതിക്കളത്തിലെത്താം.

അവിടെ ചെന്നാലുടനെ മെതിക്കാനുള്ള സ്ഥലം കണ്ടെത്തണം. പിടിക്കാനുള്ള തിണ്ണയോ ഡെസ്കോ മറ്റോ ഉള്ള സ്ഥലമാണ് വേണ്ടത്. അതിൽ പിടിച്ചു നിന്ന് കാലുകൊണ്ട് മെതിക്കണം.

അമ്മ മെതിക്കുന്നത് കാണാൻ നല്ല ഭംഗിയാണ്.

വലതുകാലുകൊണ്ട് കറ്റ ചുരുട്ടിച്ചുരുട്ടി വലത്തോട്ട് തിരിക്കും.

പിന്നെ ഇടതുകാലുകൊണ്ട് ചവുട്ടി ഇടത്തോട്ട് തിരിക്കും.

ഒന്നോ രണ്ടോ ചവുട്ട് കഴിയുമ്പോഴേക്കും നെൽമണി മുഴുവൻ താഴെ വീണിരിക്കും.

പിന്നെ കറ്റയുടെ തുമ്പ് കാലുകൊണ്ട് മടക്കി വീണ്ടും ചവുട്ടും.

പിന്നീട് ചുരുട്ടിന്റെ കട പിടിച്ച് തല കുത്തി കുടഞ്ഞാൽ ബാക്കിയുള്ള നെൽമണി മുഴുവൻ താഴേക്ക് ഊർന്നു വീഴും. കൂടെ പതിരും (നെല്ലില്ലാത്ത മണി) ഉണ്ടാവും.

വീണ്ടും അടുത്ത ചുരുട്ടെടുത്ത് മെതിക്കും. മണി കൊഴിഞ്ഞ ചുരുട്ടിനെ വൈക്കോൽക്കന്ന് എന്നാണ് പറയുക. ആ കന്നുകൾ, പറമ്പിൽ ദൂരെ കൊണ്ടുപോയി വൈക്കോൽക്കൂനയാക്കി വെക്കുന്നത് അനന്തുവിന്റെ പണിയാണ്.

ഇത്രയും ആവുമ്പോഴേക്ക് നേരം വെളുത്തത് അറിഞ്ഞ് ആ വീട്ടിലെ ഓരോ ആളുകൾ അടുക്കള ഭാഗത്തേക്ക് പോകുന്നത് അനന്തുവിന് കാണാം. എന്നാൽ അമ്മ കാണാതെയാണ് അനന്തു അവരെ നോക്കുക. അവരുടെ കൂട്ടത്തിൽ മേരി ഉണ്ടാകേണ്ടതാണ്. എന്നാൽ ഇതുവരെ മേരിയെ അനന്തു കണ്ടിട്ടില്ല.

അപ്പോൾ അനന്തു വിചാരിക്കും ഇത്രയും നേരം അവർ ഉറങ്ങുന്നു, അനന്തുവും അമ്മയും പണിയെടുക്കുന്നു. പക്ഷേ അമ്മയെ ഇതൊന്നും ബാധിക്കില്ല. മെതിയോട് മെതിയാണ്. അമ്മ പറയും,

''അവരായി അവരുടെ പാടായി. നമ്മൾ മെതിക്കാൻ വന്നാൽ മെതിക്കുക, അത്രന്നെ.''

അത് ശരിയാണെന്ന് അനന്തുവിന് തോന്നിയിട്ടുണ്ട്.

കറ്റച്ചുരുട്ടുകൾ മെതിച്ചു കഴിഞ്ഞാൽ പിന്നെ പണി, നെല്ല് വടിച്ച് കൂട്ടുക. പിന്നെ ചേറുക.

അമ്മ ഒരു പറക്കൊട്ടയിൽ മെതിച്ച നെല്ലെടുത്ത് മുകളിൽനിന്നും താഴേക്ക് തൂവും. വേറൊരാൾ മുറംകൊണ്ട് വീശും. ഈ പണിയെ നെല്ല് കാറ്റത്തിടുക എന്നാണ് പറയുക.

അപ്പോൾ നെല്ല് വീണ് വീണ് ഒരു കൂനയാകും.

അത് പിന്നെ കൈകൊണ്ട് നീക്കിയിടും.

അത് കണ്ടപ്പോൾ അനന്തുവിനും തോന്നി, തനിക്കും ഒരു കറ്റയെടുത്ത് മെതിക്കണമെന്ന്. ഒരു ചുരുട്ടെടുത്ത് അനന്തുവും ചവുട്ടാൻ തുടങ്ങി. അപ്പോൾ അമ്മ പറഞ്ഞു.

''മോനെക്കൊണ്ട് പറ്റില്ല.''

അനന്തു അത് കേൾക്കാതെ ആവേശത്തോടെ അമ്മ ചെയ്യുന്നതുപോലെ മെതിച്ചു. വലത്തോട്ടും ഇടത്തോട്ടും ചവുട്ടുകയും മറ്റും ചെയ്തു. മണികൾ കുറേശ്ശേ കൊഴിയുന്നുണ്ട്. അത് അമ്മ കണ്ടു. അപ്പോൾ കറ്റ ചെറിയ ചുരുട്ടുകളാക്കി അമ്മ അനന്തുവിന് കൊടുത്തു. അനന്തു ഓരോന്നും ചവുട്ടിയരച്ചു. ഓരോ മണിയും വീഴ്ത്തിയിട്ടേ അടുത്തെതെടുക്കൂ എന്ന് തീരുമാനിച്ചു.

അഞ്ചാറ് കറ്റകൾ മെതിച്ചു കഴിഞ്ഞപ്പോഴാണ് അനന്തുവിന് കാലിന് നീറ്റൽ തോന്നിയത്. അവൻ പതുക്കെ കന്ന് കൊണ്ടുപോയി വെച്ച് കൂനയിലിരുന്ന് കാല് കാലിന്മേൽ കയറ്റിവെച്ച് കാലിന്റെ അടിയിൽ പരിശോധിച്ചു. കാല് തൂവെള്ള നിറമായിട്ടുണ്ട്. വിരലിന്റെ അറ്റത്തെല്ലാം ചോര പൊടിഞ്ഞിട്ടുണ്ട്. കാൽവിരൽക്കൊണ്ടാണ് അനന്തു ആഞ്ഞ് ചവുട്ടിയരച്ചുകൊണ്ടിരുന്നതെന്ന് മനസ്സിലായി. ഉടനെ തുപ്പലെടുത്ത് ചോര വരുന്ന വിരലിൽ പുരട്ടി. നീറ്റലുണ്ടാവില്ല. ചോരയും നിൽക്കും. അമ്മ ഇങ്ങനെ ചെയ്യുന്നത് അനന്തു കണ്ടിട്ടുണ്ട്.

എന്തായാലും അനന്തുവിന് കാല് നീറിയിട്ട് വയ്യായിരുന്നു. നല്ല വേദനയുണ്ട് കാലുറപ്പിച്ച് നിൽക്കാൻ പറ്റുന്നില്ല. അവൻ ഉപ്പൂറ്റികൊണ്ട് മാത്രം നിലത്തൂന്നി നിന്ന് അമ്മയോട് വിളിച്ചു പറഞ്ഞു.

''ഞാൻ പോവ്വാ, എനിക്ക് സ്കൂളീ പോണം.''

കാല് പൊട്ടിയ കാര്യം അമ്മയോട് പറഞ്ഞില്ല. പിന്നെ അതു മതി, നെലോളിക്കാനും ബഹളം വെക്കാനും.

വീട്ടിൽ വന്ന് പതുക്കെ അടുക്കളയിൽ കയറുമ്പോൾ ഞൊണ്ടൽ ചേച്ചി കണ്ടുപിടിച്ചു.

''എന്തെടാ കാലില്?'' ചേച്ചി കാലിൽ പിടിച്ചു നോക്കി

''അയ്യോ, കാല് മുഴുവൻ പൊട്ടിയിട്ടുണ്ടല്ലോ.''

ചേച്ചി വേഗം 'കമ്മ്യൂണിസ്റ്റ് പച്ച'യുടെ ഇല (അതിന്റെ നീര് മുറിവുണങ്ങാൻ നല്ലതാണത്രെ) കുത്തപ്പിഴിഞ്ഞ് നീരൊഴിച്ചു.

''ആവൂ, എന്തൊരു നീറ്റാ...''

''ഇപ്പോ ഒണങ്ങും.'' എന്നിട്ട് ചേച്ചി ഒരു വെള്ളശീലകൊണ്ട് അനന്തുവിന്റെ കാല് കെട്ടി.

''സ്കൂളില് പോണ്ട.'' ചേച്ചി പറഞ്ഞു.

''പോണം. ഇത് കണ്ട് വന്നാൽ അമ്മ ചീത്ത പറയും. വേണ്ടാന്ന് അമ്മ അപ്പോൾ പറഞ്ഞതാ, ചീത്ത കേൾക്കണേലും ഭേദം സ്കൂളിൽ ചെന്നിരിക്കുന്നതാ.''

സ്കൂളിലെത്തിയപ്പോൾ അവൻ ബഞ്ചിൽ കാല് കയറ്റിവെച്ച് ഇരുന്നു.

''എന്താടാ അനന്തൂ കാലില്?''

''അത് മുള്ള് കേറീതാ...''

മെതിച്ചതാണെന്ന് പറഞ്ഞാൽ അവർ വിശ്വസിക്കില്ല. കുട്ടികൾ മെതിക്കാറില്ലല്ലോ.

രണ്ട് ദിവസം ശീല കെട്ടിവെച്ച് നടന്നു. മൂന്നാം ദിവസം വീണ്ടും അവൻ അമ്മയുടെ കൂടെ പോയി.

വൈകുന്നേരമാണ് ആന്റോമാഷ് പതം (കൊയ്തതിന്റെയും മെതിച്ച തിന്റെയും കൂലി) അളക്കുക.

മാഷ് വക്കുന്ന പറയിൽ പതിര് കളഞ്ഞ നെല്ല് ഓരോ പെണ്ണുങ്ങളും പറക്കൊട്ടയിൽ കോരി നിറയ്ക്കണം.

പത്ത് പറ മാഷ്ക്കിട്ടാൽ ഒരു പറ നെല്ല് അമ്മയ്ക്ക് (പണിക്കാർക്ക്) മാറ്റും. ഇങ്ങോട്ടളക്കുന്ന പതം നെല്ല്, അമ്മയ്ക്ക് മാത്രം പറയുടെ മുകളറ്റം വടിക്കാറില്ല. അതുകൂട്ടി ഇടും. ചിലപ്പോൾ കാലോ അരയോ പറ നെല്ല് അവസാനവും ഇടും.

താനടക്കം കുട്ടികളെല്ലാവരും പഠിക്കുകയാണെന്നും അമ്മ കഷ്ട പ്പെട്ടാണ് മക്കളെ വളർത്തുന്നതെന്നും മാഷ്ക്കറിയാം. അതുകൊണ്ട് അവിടുന്ന് മാത്രം അമ്മയ്ക്ക് രണ്ടോ മൂന്നോ പറ നെല്ല് കൂടുതൽ കിട്ടും.

ഇരുപതും മുപ്പതും പറ മാഷ്ക്ക് കൊടുത്തതിനുശേഷം.

എന്നാലും ബാക്കിയുള്ള കേലന്മാരുടെ കളങ്ങളിലും മെതി കഴിഞ്ഞ് കിട്ടുന്ന പതം കൊണ്ടുവന്നുണക്കി വീട്ടിലെ പെട്ടിയിലി ട്ടാൽ ആറു മാസത്തേക്കുള്ള നെല്ല് പെട്ടിയിൽ നിറയും. അതിൽനിന്നും കുറേശ്ശേ എടുത്ത് പുഴുങ്ങി, ഉണക്കി നെല്ല് കുത്തിയിട്ടാണ് വീട്ടിൽ അരിയുണ്ടാക്കുന്നത്. റേഷനരിയും പതിവായി വാങ്ങും.

ആടുമേയ്ക്കലും പൂന്തേനരുവിയും

എത്ര വേഗമാണ് കാര്യങ്ങൾ മാറിമറിയുക, അതിനെയാണോ നാം ജീവിതമെന്ന് വിളിക്കുന്നത്?

അനന്തുവിന് എല്ലാമിങ്ങനെ നോക്കിക്കാണാനും അതിനെക്കുറിച്ച് ചിന്തിക്കാനും ഇഷ്ടമാണ്.

ലീലേച്ചി കോട്ടപ്പടിയിൽനിന്നും വീട്ടിലെത്തി. നേരത്തെ പറഞ്ഞിരുന്നല്ലോ, ഒരു വേലക്കാരിയുടെ ജീവിതമാണെന്ന്. അത് മടുത്തെന്ന്. അതെ, മടുത്തു. ശരിക്കും ഒരു വേലക്കാരിയായി പിന്നെ സ്വന്തം വീട്ടിലാണെന്നു മാത്രം.

അല്ലെങ്കിലും പെൺകുട്ടികൾക്കാണ് അധികം കഷ്ടപ്പാടെന്ന് അനന്തുവിന് എപ്പോഴും തോന്നുന്ന ഒരു കാര്യമായിരുന്നു.

ഇവിടെയും അങ്ങനെത്തന്നെയാണ്. ലീലേച്ചിയുടെ പഠനമൊക്കെ ഒരു വഴിക്കായി. എന്നാലും പറപ്പൂക്കര സ്കൂളിൽ എട്ടാം തരത്തിൽ ചേർന്നു.

വീണ്ടും ചേച്ചിയും അമ്മയും വീട്ടുപണിയിൽ കൂട്ടായി.

അമ്മ ആരെയും ഇരുത്തിപ്പൊറുപ്പിക്കില്ല. എന്തെങ്കിലും ജോലികൾ എപ്പോഴും എല്ലാവരോടും പറഞ്ഞുകൊണ്ടിരിക്കും.

അമ്മ പാടത്തുനിന്നും വന്നാൽ...

''ആ മിണ്ടാപ്രാണികൾക്ക് ഒരു പിടി പുല്ല് അരിഞ്ഞുകൊണ്ടു വരാൻ പാടില്ലേ.''

എന്നാവും ചിലപ്പോൾ. അത് ഇന്ന ആളോടാവണം എന്നൊന്നുമില്ല. ആർക്ക് വേണമെങ്കിലും ചെയ്യാം എന്ന മട്ട്. അത് മണിചേച്ചിയുടെ നേരെയാവാം, അല്ലെങ്കിൽ ലീലേച്ചിയോടുമാവാം.

മിണ്ടാപ്രാണികൾ ആരാണെന്നോ, ഒരു പശുവും കിടാവും.

ചിലപ്പോൾ അത് ഇങ്ങനെയുമാവാം

''ആ പശുക്കുട്ടിയേയുമെങ്കിലുമൊന്ന് തീറ്റിക്കൂടെ?''

അത് ജഗുവിനോടോ അനന്തുവിനോടോ ആവാം.

പിന്നെപ്പിന്നെ അനന്തു പശുവിനെ തീറ്റാനും ലീലേച്ചിയും പുല്ലരിയാനും പോയിത്തുടങ്ങി.

പാടത്തെ ഉഴാത്ത കണ്ടങ്ങളിൽ ധാരാളം പുല്ല് വളർന്നിട്ടുണ്ടാകും. അനന്തു പശുവിനെ എവിടെയെങ്കിലും കെട്ടും. പശുക്കിടാവിനെ നടന്ന് തീറ്റിക്കും.

ലീലേച്ചി വളർന്നു നിൽക്കുന്ന പുല്ല് അരിയും.

അത് പതിവായി. അമ്മയുടെ വക ചീത്തപറച്ചിൽ അധികം കേൾക്കാതായി. കുട്ടികൾ വളരുകയല്ലേ എന്ന് അമ്മയയ്ക്കും തോന്നിത്തുടങ്ങിയിട്ടുണ്ടാവും. എന്തായാലും അത് തുടർന്നു.

ഇതിനിടെ അനന്തുവും ശശിയും ജഗുവും മറ്റൊരു സന്തോഷവും കൂടി കണ്ടെത്തിയിരുന്നു. സിനിമ കാണൽ. അത് പക്ഷേ അമ്മയോട് പറയാതെയാണ് എന്നു മാത്രം. അമ്മ അറിഞ്ഞാൽ, നേരം വൈകുമ്പോൾ വഴക്ക് കേൾക്കുമെന്ന് ഉറപ്പാണ്. സിനിമയ്ക്കാണെന്ന് പറഞ്ഞാലോ സമ്മതിക്കുകയുമില്ല. അപ്പോൾ ഏതിനും നല്ലത് പറയാതെ പോകുന്നതാണെന്ന് ഞങ്ങൾ തീരുമാനിക്കുകയാണുണ്ടായത്.

കാരണമായി പറഞ്ഞിരുന്നത് -പറപ്പൂക്കര പെരുന്നാളോ കൊടകര ഷഷ്ഠിയോ- മറ്റോ ആയിരുന്നു.

''അമ്മേ, ഞങ്ങള് പറപ്പൂക്കര പെരുന്നാളിന് പോകാണ്, അല്ലെങ്കിൽ കൊടകര ഷഷ്ഠിക്ക് പോവ്വാണ്'' എന്ന് ജഗു പറയും. ഞങ്ങളുടെ നുണ അമ്മ അറിയുമോ എന്നൊന്നും ആലോചിക്കാനുള്ള സമയം കിട്ടില്ല. പോകുന്നത് സിനിമയ്ക്കാണെന്ന് മാത്രം.

ഞങ്ങൾ പ്ലാൻ ചെയ്യും.

ശശിയുടെ വീട്ടിൽ എരുമയുണ്ട്. അവൻ അതിനെയുംകൊണ്ട് പാടത്തേക്ക് വരും. ശശിയുടെ തൊട്ട് അയൽവക്കത്താണ് ലതയുടെ വീട്. തടിയൻ ശങ്കുണ്ണിച്ചേട്ടന്റെ ആകെയുള്ള ഒരു മോള്. പാടത്തിന്റെ

വക്കിലാണ് ലതയുടെ വീട്. ഞങ്ങളെ കണ്ടാൽ അവളും ഇറങ്ങി വരും. വർത്തമാനം പറയാനാണ്.

അനന്തുവിന്റെ സിനിമാക്കഥ കേൾക്കാൻ ഒരാളുണ്ട്. ലീലേച്ചി. അനന്തു കഥ പറയും. ഒപ്പം പശുക്കുട്ടിയെ തീറ്റും. ലീലേച്ചി പുല്ല രിയും.

തലേദിവസം കണ്ട സിനിമയിലെ രംഗങ്ങൾ മനസ്സിൽ നിറയു കയാണ്. ആരോടെങ്കിലും പറയാതെ വയ്യ. ലീലേച്ചിക്ക് സിനിമ വല്യ ഇഷ്ടമാണ്. പക്ഷേ കാണാനാകില്ലല്ലോ. കൊണ്ടുപോകാൻ ആരുമില്ലല്ലോ. അതാണ് അനന്തു എപ്പോഴും വിചാരിക്കുന്ന ഒരു പ്രധാന കാര്യം. പെൺകുട്ടികളെ സിനിമ കാണിക്കാൻ ആരെങ്കിലും കൊണ്ടുപോകണം. എന്നാൽ ആൺകുട്ടികൾക്ക് എവിടെയും എപ്പോൾ വേണമെങ്കിലും പോകാം. അത് വലിയ കഷ്ടം തന്നെ യാണ്. പാവം ലീലേച്ചി. ലീലേച്ചി മാത്രമല്ല എല്ലാ പെൺകുട്ടികളും.

പറഞ്ഞു വന്നത് സിനിമാക്കഥയുടെ കാര്യം.

അനന്തു പറയുന്നത് ഡെയ്ഞ്ചർ ബിസ്കറ്റ് എന്ന സിനിമയിലെ കഥയാണ്.

“നസീർ സി.ഐ.ഡി, ഷീല ഡോക്ടറും. കള്ളനെ പിടിക്കാ നുള്ള ശ്രമത്തിൽ നസീർ ആസ്പത്രിയിലായി. ചികിത്സിക്കുന്നത് ഷീല. അവർ പ്രേമത്തിലുമായി.”

“എന്നിട്ട്?”

ചേച്ചിക്ക് ആകാംക്ഷ. പക്ഷേ പുല്ലരിയലും നടക്കണ്ടേ, അല്ലെ ങ്കിൽ കുട്ട നിറയില്ല. കുട്ട നിറയാതെ വീട്ടിൽ ചെന്നാൽ അമ്മ വഴക്ക് പറയും.

അനന്തു തുടരും.

“കടലിൽനിന്നും സ്വർണ്ണബിസ്കറ്റ് കൊണ്ടു വരുന്ന കൊള്ള സംഘത്തെ പിടിക്കാനാണ് നസീർ നടക്കുന്നത്. എന്നാൽ അവരെ പിന്തുടരുമ്പോഴൊക്കെ എത്തിച്ചേരുന്നത് ഷീലയുടെ വീട്ടിലും.”

ലീലേച്ചിക്ക് സംശയം.

“അതെന്തിനാ?”

“അതുതന്നെയാണ് നസീറിനും അറിയേണ്ടത്. കൊള്ളസംഘവും ഡോക്ടറുടെ കുടുംബവും തമ്മിൽ എന്താണ് ബന്ധം?”

അനന്തു ചോദിക്കും.

ലീലേച്ചിയും അതുതന്നെ ചോദിക്കും. ''എന്താണ് ബന്ധം?''

''ഒരു ദിവസം നസീർ ഷീലയുടെ വീട്ടിൽ ചെന്നു. എന്നിട്ട് ചോദിച്ചു. എന്തിനാണ് ഇന്നയിന്ന ആൾക്കാർ ഇവിടെ വരുന്നത്? നിങ്ങൾക്ക് അവരുമായി എന്ത് ബന്ധമാണുള്ളത്?''

ഷീല പറയുന്നു, ''ആ, എനിക്കറിയില്ല. അച്ഛന് കുറെ സുഹൃത്തുക്കളുണ്ട്. അവർ ഇവിടെ വരാറുണ്ട്. ഞാൻ അതൊന്നും അന്വേഷിക്കാറില്ല.''

''എന്നിട്ടോ?''

ലീലേച്ചി കഥ പറയിപ്പിച്ചേ അടങ്ങൂ. അനന്തു പറയും. അവൻ പതുക്കെ കഥയുടെ രഹസ്യങ്ങളുടെ കെട്ടഴിക്കും.

''ഉമ്മറാണ് ഒരു കള്ളൻ. അയാൾക്ക് ഷീലയെ നോട്ടമുണ്ട്. അയാൾ അച്ഛനെ കാണാൻ വരുന്നുമുണ്ട്. നസീർ അയാളെ കാണുന്നുമുണ്ട്. അപ്പോഴൊക്കെ ഉമ്മർ ഇരുട്ടിലേക്ക് മറയും.''

''വേഗം പറയ്, പോകാറായി.''

അനന്തു ക്ലൈമാക്സിലേക്കെത്തി.

''ആരാ കള്ളൻന്നാ വിചാരം?''

''ആരാ...'' ലീലേച്ചിയുടെ ആകാംക്ഷ മുൾമുനയിലെത്തി.

''നസീർ അവസാനം കള്ളനെ കണ്ടുപിടിച്ചു. ആരാന്നാ? ശങ്കരാടി. ഷീലയുടെ അച്ഛൻ. കൊള്ളസംഘത്തലവൻ.''

അനന്തു പ്രത്യേകമായ ആംഗ്യവിക്ഷേപങ്ങളോടെ പറഞ്ഞു.

''പാവം ഷീല. അവർക്ക് അച്ഛനെപ്പറ്റി ഒന്നും അറിയില്ല. അച്ഛനെ അറസ്റ്റ് ചെയ്യുമ്പോൾ നസീർ പറയും. സോറി ഞാൻ ഒരു പൊലീസ് ഓഫീസറായിപ്പോയി. ഷീലയുടെ ദുഃഖത്തിൽ ഞാനും പങ്കു ചേരുന്നു. പക്ഷേ ഞാൻ എന്റെ കർത്തവ്യം നിർവഹിക്കുന്നു. അച്ഛനെ കൊണ്ടുപോകുന്നു.''

ലീലേച്ചിക്ക് സന്തോഷം. സിനിമ കാണാൻ പറ്റിയില്ലെങ്കിലും സിനിമാക്കഥ കേൾക്കാനായല്ലോ.

''നല്ല സിനിമ.'' ലീലേച്ചിയുടെ സന്തോഷം.

ലീലേച്ചി കുട്ട തലയിലേറ്റി നടന്നു.

സൂര്യൻ അസ്തമിക്കാൻ തുടങ്ങിയിട്ടേയുള്ളൂ. ലീലേച്ചി പോയതുകൊണ്ട് ലതയും അവളുടെ വീട്ടിലേക്ക് ഓടിപ്പോയി.

ശശിയും അനന്തുവും പശുക്കുട്ടിയും മാത്രമായി.

പൂന്തേനരുവീ... എന്ന പാട്ട് പാടാൻ ശശി അനന്തുവിനോട് പറഞ്ഞു. അനന്തു തുടക്കമിട്ടു. ബാക്കി വരികൾ ശശി ലതയുടെ വീട്ടിലേക്ക് നോക്കി പാടി.

''പൂന്തേനരുവീ...

പൊന്മുടിപ്പുഴയുടെ അനുജത്തീ

നമുക്കൊരേ പ്രായം

നമുക്കൊരേ മോഹം

നമുക്കൊരേദാഹം...''

അനന്തു വരികൾ തെറ്റാതെ പാടാൻ ശ്രദ്ധിക്കുമ്പോൾ ശശിക്ക് ലതയുടെ വീട്ടിലേക്ക് നോക്കി, ''നമുക്കൊരേ പ്രായം നമുക്കൊരേ മോഹം നമുക്കൊരേ ദാഹം...'' എന്ന വരികൾ ഉച്ചത്തിൽ പാടാനാണ് ഇഷ്ടം.

അതെന്തിനാണാവോ?

സൂര്യൻ അസ്തമിക്കുന്നതുവരെ ശശിയും അനന്തുവും ഇരിപ്പ് തുടർന്നു.

വെറുതെ...

വെറുതെ...

വെറുതെ...

രണ്ട് കളികൾ

ജീവിതത്തിന് എപ്പോഴും രണ്ട് മുഖമുണ്ട്. അത് നിർവചിക്കാനാവില്ല. എപ്പോഴാണ് ആ മുഖങ്ങൾ പ്രത്യക്ഷപ്പെടുകയെന്നതും പറയാനാവില്ല

വീട്ടുകാരറിയാതെ സിനിമയ്ക്ക് പോവുക എളുപ്പമായിരുന്നില്ല. അറിയുന്നത് അനന്തുവിനെ സംബന്ധിച്ചിടത്തോളം പേടിയുള്ള കാര്യവുമായിരുന്നു. അതുതന്നെയായിരുന്നു ജഗുവിന്റെയും ശശിയുടെയും പ്രശ്നവും.

അനന്തുവിന്റെ പേടിക്ക് കാരണം രണ്ടാണ്.

ഒന്ന്.

അമ്മയുടെ പേടി. രാത്രി വളരെ വൈകിയിട്ടും കണ്ടില്ലെങ്കിൽ അമ്മയുടെ വെപ്രാളം അനന്തുവിന് ഊഹിക്കാവുന്നതേയുള്ളൂ. എന്തെങ്കിലും പറ്റിയാലോ എന്ന വിഷമമാണ് അമ്മയ്ക്ക്. പക്ഷേ ആധി പ്രകടിപ്പിക്കുന്നത് ചീത്ത പറഞ്ഞിട്ടാണെന്നത് വേറെ കാര്യം. ഒരേ പല്ലവിയാണ് എപ്പോഴും.

''എവിട്യാന്ന് വെച്ചിട്ടാ അന്വേഷിക്ക്യാ... ഇനി എവിടെപ്പോയിക്ട്ക്കാവോ...''

കുറെ നേരം ഇങ്ങനെയൊക്കെ പറയും. എന്നിട്ട് ഭക്ഷണം മൂടിവെച്ചിട്ട് പോയി കിടക്കും. ഞങ്ങൾ സിനിമ കഴിഞ്ഞ് പതുക്ക പതുക്കെ വരും. പാതിരായ്ക്കായാലും അമ്മേ, എന്ന് വിളിച്ചാൽ ആദ്യം വന്ന് വാതിൽ തുറക്കുന്നതും അമ്മയായിരിക്കും. ഉറങ്ങിയിട്ടുണ്ടാവില്ല. അതുകൊണ്ട് പതുക്കെ വിളിച്ചാലും കേൾക്കും.

അച്ഛൻ വരില്ല. വന്ന് വാതിൽ തുറക്കുകയുമില്ല. പതുക്കെ അകത്ത് കടന്ന് ചോറ് ഉണ്ട് ആരും എണീക്കരുതെന്ന് കരുതി ശബ്ദമുണ്ടാക്കാതെ പോയി കിടക്കും.

എന്നാൽ രാവിലെ ഒരു വിചാരണയുണ്ടാവും. ആരുടേതാണെന്നോ? ചേച്ചിമാരുടെ.

''ഏത് സിനിമയ്ക്കാണ് പോയത്, കൊടകര ഷഷ്ഠിക്കോ പെരുന്നാളിനോ...''

പിടിക്കപ്പെട്ടുവെന്ന് മനസ്സിലായാൽ സത്യം പറയാതെ നിവൃത്തിയുണ്ടാവില്ല. അത് സമ്മതിച്ചുകൊടുക്കും. വൈകുന്നേരം കഥ പറഞ്ഞുകൊടുക്കാമല്ലോ. അതാണല്ലോ കരാർ.

ഇനി രണ്ടാമത്തെ കാരണം.

സിനിമ കാണാനുള്ള കാശ് ഉണ്ടാക്കണം.

അതിനുള്ള കാശ് കട്ടെടുത്തതാണ് എന്ന് അമ്മ വിചാരിക്കുമോ എന്ന പേടിയാണ് അധികവും. കട്ടെടുക്കുന്നത് വലിയ പാപമാണ് എന്ന് എങ്ങനെയോ ഉള്ളിൽ കയറിക്കൂടിയിട്ടുണ്ട്.

കാശ് ഉണ്ടാക്കാനുള്ള രണ്ട് വഴികളാണ് മുന്നിൽ ഉണ്ടായിരുന്നത്.

ഒന്ന്.

പീടികയിൽ സാധനങ്ങൾ വാങ്ങാനായി തരുന്ന പൈസയിൽ മിച്ചം വരുന്നത് എടുത്ത് വെക്കും. മിഠായിയും പലഹാരങ്ങളും വാങ്ങില്ല. ഡേവീസും മറ്റു കൂട്ടുകാരും പലഹാരമാണ് വാങ്ങുക. അനന്തുവും ജഗുവും ആ പൈസ സിനിമ കാണാൻ മാറ്റിവെക്കും.

ജഗുവും അനന്തുവും വളരെ കഷ്ടപ്പെട്ടിട്ടാണ് പൈസ ഉണ്ടാക്കുന്നത്. കശുമാവിന്മേൽ കയറി കശുവണ്ടി പറിക്കലാണ് പണി. ഒന്നുകിൽ അനന്തു മരത്തിന്മേൽ കയറും. ജഗു കശുവണ്ടി പെറുക്കും. അല്ലെങ്കിൽ ജഗു കയറും. അനന്തു പെറുക്കും.

കശുവണ്ടി എല്ലാം കൂട്ടിപ്പൊതിഞ്ഞ് വീട്ടിൽ കൊണ്ടുപോകാതെ കുഞ്ഞുറ്റിച്ചോന്റെ കടയിൽ കൊടുത്താൽ രണ്ടോ മൂന്നോ രൂപ കിട്ടും. സിനിമാടിക്കറ്റ്, അഞ്ചു രൂപ ബെഞ്ചിനും ഏഴ് രൂപ കസേരയ്ക്കുമാണ്. തറ മണൽ വിരിച്ചത്. അതിന് രണ്ടു രൂപയും.

കശുമാവ് മരത്തിൽ വലിഞ്ഞു കേറിയ ഒരു ദിവസം അനന്തു മാവിൽ ച്ചില്ലയൊടിഞ്ഞ് താഴെ വീണു. കശുമാവിന്റെ ഏറ്റവും അറ്റത്തുള്ള ഒരു കശുവണ്ടിക്കുകൂടി ശ്രമിച്ചതാണ്. അത് വളരെ ചെറിയ ചില്ലയായിരുന്നു. അത്ര ഉയരത്തിൽ നിന്നല്ല വീണതെങ്കിലും വീണത്

കൈ കുത്തിയാണ്. കൈയിൽ വല്ലാത്ത നീരുണ്ടായിരുന്നെങ്കിലും ആരോടും പറഞ്ഞില്ല. പിറ്റേ ദിവസമാകട്ടെ, കൈ അനക്കാൻ പറ്റു ന്നുണ്ടായിരുന്നില്ല. നല്ല വേദനയും.

പോരെ പൂരം?

അമ്മ കണ്ടു. വെപ്രാളവും ചീത്ത വിളിയുമായി. പശുവിനെ തീറ്റിയപ്പോൾ വലിച്ചു കൊണ്ട് ഓടിയതാണെന്ന് കളവും പറയേണ്ടി വന്നു. സിനിമ തന്ന കളവ്.

അമ്മ വിട്ടില്ല. പുതുക്കാട് ആശുപത്രിയിൽ പോയി. എക്സ്റേ എടുത്തു. എല്ലിന് ഒടിവുണ്ടായിരുന്നു. ഇടതുകൈയിന് മുട്ടിന്റെ മേലെ നിന്നും കൈവിരല് വരെ പ്ലാസ്റ്ററിട്ടു. രണ്ട് മാസം കഴിഞ്ഞാണ് പ്ലാസ്റ്റർ വെട്ടിയത്.

സിനിമാപ്രാന്തിന്റെ ഫലം കൈയിൽ പ്ലാസ്റ്റർ.

സിനിമയ്ക്ക് കാശുണ്ടാക്കാൻ വേറെ ഒരു വഴിയുമുണ്ടായിരുന്നു.

കുപ്പിക്കായക്കളി.

കുപ്പിക്കായ(ഗോലി) പീടികയിൽനിന്നും കിട്ടും. ചതുരം വരച്ച് അതിലേക്ക് കുപ്പിക്കായ എറിഞ്ഞ് ഓരോന്നിനേയും പുറത്തേക്ക് തെറിപ്പിക്കണം. അങ്ങനെ തെറിപ്പിച്ച കായകൾ ഒന്നൊന്നായി സ്വന്ത മായിക്കഴിഞ്ഞാൽ കൂട്ടുകാരന്റെ കൈയിലെ കുപ്പിക്കായ തീരും. അവൻ പിന്നെ പൈസ തന്ന് കുപ്പിക്കായ ഞങ്ങളുടെ കൈയിൽനിന്നും വാങ്ങണം.

ചിലപ്പോൾ തോറ്റ ദ്വേഷ്യത്തിന് തട്ടിപ്പറിക്കാൻ വരും. ചെറിയ മൽപ്പിടുത്തമൊക്കെ വേണ്ടി വരും. കായ കൊടുക്കാതിരിക്കാൻ. കുപ്പിക്കായയുടെ ഒരു ചെപ്പ് തന്നെ വീട്ടിലുണ്ടായിരുന്നു. അതിൽ നിന്ന് കുറേശ്ശെ എടുത്താണ് കളിക്കാൻ പോകുക. കുറച്ച് കാശ് ആ വഴിക്കും കിട്ടിയിരുന്നു.

ഇനി സിനിമ കാണാൻ പോകുന്ന വിഷമം. അതും വലിയ പ്രയാസ മാണ്.

സ്കൂൾ വിട്ട് വരുന്ന വഴിക്കാണ് പദ്ധതി തയ്യാറാക്കുക. അന ന്തുവും ജഗുവും നുണ പറഞ്ഞ് - കൊടകര ഷഷ്ഠി, പറപ്പൂക്കര പെരുന്നാൾ- അത് മാത്രമാവില്ല, അങ്ങനെ പലതും- ശശിയുടെ വീടിന്റെ മൂലയ്ക്കുള്ള കല്ലിന്റെ അവിടെ നിന്ന് നീട്ടി വിളിക്കും.

അവന് കാശിന് ഒരേയൊരു വഴിയേയുള്ളൂ- മോഷണം. അത് ആ സമയത്തിനുള്ളിൽ സംഘടിപ്പിച്ചിരിക്കും. വരാൻ വൈകുമെങ്കിൽ കക്കാൻ സമയം കിട്ടിയിട്ടില്ലെന്ന് ഊഹിക്കാം. എന്തായാലും കിട്ടിയാൽ പിന്നെ ഒറ്റ ഓട്ടമാണ്.

ഫസ്റ്റ് ഷോ തുടങ്ങുന്നതിന് മുമ്പ് എത്തണം. നന്തിക്കര പാടം, കുറുമാലി പാലം, മെയിൻ റോഡ് ഇതൊക്കെ ഓടിക്കടന്നു വേണം പുതുക്കാട് സി.ജി. തിയേറ്ററിലെത്താൻ. ശശിക്ക് ഉയരമുള്ളതുകൊണ്ട് അവനാണ് ടിക്കറ്റെടുക്കാൻ ഗുഹ പോലുള്ള ടിക്കറ്റ് കൗണ്ടറിൽ കേറുക.

ഒരിക്കൽ അനന്തു ഒറ്റയ്ക്ക് പോയിട്ടുണ്ട്. ടിക്കറ്റെടക്കാൻ നിന്നപ്പോൾ ആ ഗുഹയിൽ ചെന്നപ്പോൾ ശ്വാസം മുട്ടിപ്പോയിട്ടുണ്ട്. ടിക്കറ്റ് കൊടുക്കാൻ ബെല്ലടിച്ചപ്പോൾ അവിടെനിന്നും ഇപ്പുറത്തുനിന്നും തിക്കോട് തിക്ക്. അനന്തുവിന് പുറത്തേക്കും അകത്തേക്കും കടക്കാനായില്ല. പിന്നെ ഒരു വിധത്തിൽ ടിക്കറ്റെടുത്തു എന്ന് മാത്രം. പിന്നെ അനന്തുവിന് ആ ഗുഹയിൽ കേറാൻ പേടിയാണ്.

പോകുന്ന പോലെയല്ല സിനിമ കഴിഞ്ഞ് വരുന്നത്. ഇതേ പാടത്തുകൂടിയും ആരുമില്ലാത്ത ഇടവഴിയിൽക്കൂടിയും വേണം വരാൻ. യക്ഷിപ്പടമാണ് കണ്ടതെങ്കിൽ പിന്നെ പറയുകയും വേണ്ട, പേടിയോട് പേടിയാവും. അതിലെ പാട്ടുകൾ ഉറക്കെ പാടിയാണ് പേടി മാറ്റുക. അക്കാര്യത്തിൽ ശശിയും അതേപോലെത്തന്നെ. അവനാണ് പാട്ട് ഉച്ചത്തിൽ പാടുക. അങ്ങനെ ഒരു കണക്കിലാണ് വീട്ടിലെത്തുക.

എങ്ങനെയുണ്ട് സിനിമാപ്രാന്ത്? അനന്തു ആലോചിച്ച് ചിരിച്ചു.

ശശി ഒമ്പതാം ക്ലാസ്സിലും അനന്തും എട്ടാംക്ലാസ്സിലുമെത്തി. ചോറ് കൊണ്ടുപോവാത്തതാണ് ഇപ്പോൾ അന്തസ്സ്. പെൺകുട്ടികളല്ലേ ചോറും പാത്രവും പുസ്തകത്തിന്റെ ഒപ്പം നെഞ്ചത്തടക്കിപ്പിടിച്ച് നടക്കുക?

ആൺകുട്ടികളായാൽ പുസ്തകം കൈയിൽ പിടിച്ച് വീശി നടക്കണം. ചോറ്റുപാത്രം പിടിക്കുന്നതേ മോശം. അനന്തു കുടയെങ്കിലും മഴക്കാലത്ത് പിടിക്കാറുണ്ട്. ശശി അതുമില്ല. മഴ വന്നാൽ അവൻ ആദ്യം നോക്കുക പെൺകുട്ടികളുടെ കുടയിലേക്കാണ്.

സ്കൂൾ തുറന്നിട്ട് പത്ത് പതിനഞ്ച് ദിവസമായിട്ടേയുള്ളൂ. ഉച്ചയ്ക്ക് വെള്ളം കുടിക്കാൻ നാരായണൻ കർത്തായുടെ വീട്ടിൽ പോയപ്പോഴാണ് സരസ്വതി ടീച്ചർ വിഷമിച്ചിരിക്കുന്നത് കണ്ടത്.

''എന്താ ടീച്ചറേ?''

''സത്യൻ മരിച്ചു. സിനിമാനടൻ. ഇപ്പോൾ റേഡിയോവിൽ വന്ന വാർത്തയത്രെ.''

അനന്തുവും ശശിയും ഞെട്ടിപ്പോയി. സത്യൻ മരിക്കേ?

ഒരു മാസമായിട്ടില്ല 'ഒതേനന്റെ മകൻ' എന്ന സിനിമ കണ്ടിട്ട്. അതിൽ നെഞ്ച് വിരിച്ച് വലിയ മതില് ചാടിക്കടക്കുന്ന, പുലിക്കുട്ടിയെ കൈയിൽ കൊണ്ടു നടക്കുന്ന, പ്രേംനസീറിനെ വെല്ലുവിളിക്കുന്ന, ഓതിരം കടകം പയറ്റി പ്രേംനസീറിനോട് അങ്കം വെട്ടുന്ന സത്യൻ മരിക്കേ?

വിശ്വസിക്കാൻ പറ്റുന്നില്ല. ശശിയും അനന്തുവും കുറെ നേരം തിണ്ണയിൽ അനങ്ങാതെ ഇരുന്നു.

അന്ന് സ്കൂൾ വിട്ട് വരുമ്പോൾ ശശി പെൺകുട്ടികളുടെ അടുത്തേക്ക് പോയതേയില്ല. വീട്ടിലെത്തുന്നതുവരെ ഞങ്ങൾ സിനിമാനടൻ സത്യനെക്കുറിച്ച് മാത്രം സംസാരിച്ചു.

സിനിമാക്കമ്പം തലയ്ക്ക് പിടിച്ച ഒരു എട്ടാംക്ലാസ്സ് കാലം.

കടന്നൽക്കൂടുകൾ

ചിന്തകളാണ്. ആകുലതകളാണ്. ഉത്തരങ്ങൾ കിട്ടാത്ത ചോദ്യങ്ങളാണ്.

സംശയങ്ങൾ അനന്തുവിന് വലിയ ഭാരമാണ്. വീട്ടിലെ കാര്യങ്ങൾ മാത്രമല്ല നാട്ടിലെ കാര്യങ്ങളെക്കുറിച്ച് ചിന്തിക്കുമ്പോഴും അനന്തുവിന് സംശയങ്ങൾ ഉണ്ടാകും. ധാരാളം ചോദ്യങ്ങൾ ഉള്ളിൽ പിടയ്ക്കും. എന്നാൽ ചോദിക്കാൻ പറ്റിയ ആളുകളോ ഉത്തരങ്ങൾ നൽകാൻ പ്രാപ്തിയുള്ളവരോ അനന്തുവിനില്ല.

സ്കൂളിൽ കുറെ പാഠങ്ങൾ പഠിപ്പിക്കും. സാമൂഹ്യപാഠം, സയൻസ്, കണക്ക് തുടങ്ങിയവ. ഇതുകൊണ്ടൊക്കെ എന്താണ് ഗുണം എന്ന് അനന്തു ഇടയ്ക്ക് ആലോചിക്കും. പരീക്ഷയെഴുതും. പാസ്സാവും. പക്ഷേ ജീവിക്കാനുള്ള പാഠങ്ങളൊന്നും ആരും പറഞ്ഞുതരികയുമില്ല.

അനന്തുവിന് കുറെ ചോദ്യങ്ങൾ ചോദിക്കാനുണ്ട്.

എന്തുകൊണ്ടാണ് തന്റെ വീട്ടിൽ ഇത്ര കഷ്ടപ്പാടുകൾ?

ചിലർക്ക് മാത്രം ദാരിദ്ര്യം ഉണ്ടാവുന്നത് എന്തുകൊണ്ട്?

കേലന്മാർക്ക് മാത്രം എങ്ങനെയാണ് ഇത്രയും സ്വത്തുക്കൾ ഉണ്ടാവുന്നത്?

ഞങ്ങൾക്കു മാത്രം എന്തുകൊണ്ടാണ് പാടവും പറമ്പുമില്ലാത്തത്?

നെല്ല് വിതയ്ക്കാനും കൊയ്യാനും അരി കിട്ടാനും അനന്തുവിനും അവകാശമില്ലേ?

എല്ലാവർക്കും ഭൂമി വേണ്ടെ?

അനന്തുവിന്റെ വീട്ടുകാരും അയൽവക്കക്കാരും എങ്ങനെ കേലന്മാരുടെയടക്കമുള്ള പണക്കാരുടെ പണിക്കാരായി?

അച്ഛാച്ചൻ പഠിപ്പിച്ച കേലന്മാരുടെ മക്കളെങ്ങനെ, ആന്റോ മാഷടക്കം അനന്തു അടക്കമുള്ളവരുടെ മാഷുമ്മാരായി?

സംശയങ്ങൾ ചോദിക്കുന്നത് ചേച്ചിയോടാണ്. പക്ഷേ ഒന്നിനും കൃത്യമായ ഉത്തരങ്ങളില്ല. ''അതങ്ങനെയാണ്, ഇതിങ്ങനെയാണ്'' തുടങ്ങിയ നിസ്സാരമായ ഉത്തരങ്ങളാണ് ചേച്ചി പറയുക. അനന്തുവിന് അതല്ല വേണ്ടത്. ശരിയായ ഉത്തരങ്ങൾ വേണം. അതിതുവരെ കിട്ടിയിട്ടില്ല.

എന്നാണ് അനന്തുവിന്റെ വീട്ടിലെ കഷ്ടപ്പാടുകൾ മാറുക?

വീട്ടിൽ പണമുണ്ടാവുക?

അതാർക്കും അറിയില്ല.

വീട്ടിൽ എല്ലാവരും പണിയെടുക്കുന്നുണ്ട്. എന്നിട്ടും ഒന്നും ശരിയാവുന്നില്ല. കഷ്ടപ്പാടും ദാരിദ്ര്യവും മാത്രം.

അനന്തു വായന തുടങ്ങിയത് സ്കൂളിലെ ലൈബ്രേറിയിൽനിന്നാണ്. എന്നാൽ ഇഷ്ടപ്പെട്ട പുസ്തകങ്ങളൊന്നും കിട്ടിയിട്ടില്ല. മാഷ് അലമാര തുറന്ന് ഒരു പുസ്തകം എടുത്തോളാൻ പറയും. അതാകട്ടെ, വായിക്കാൻ അത്ര രസമുള്ളതായിരിക്കില്ല. അതുകൊണ്ടാണ് നന്തിക്കര വായനശാലയിൽ ചേർന്നത്. എന്തായാലും മാസത്തിൽ ഒന്നു രണ്ടു തവണ അതിന്റെ മുന്നിൽക്കൂടി ചാക്കുണ്ണിമാപ്ലേടെ പലചരക്ക് കടയിൽ പോകുന്നുണ്ട്. അപ്പോൾ പുസ്തകവും എടുക്കാമെന്ന് തീരുമാനിച്ചു.

ഒരു പീടികയുടെ മുകളിലെ രണ്ടാമത്തെ നിലയിലാണ് വായനശാല. കോണിപ്പടി വഴി കേറണം. അട്ടിയട്ടിയായി മരത്തട്ടുകളിൽ ഇഷ്ടംപോലെ പുസ്തകങ്ങളുണ്ട്. പഴയതാണ് അധികവും. പുസ്തകത്തിന്റെ ആദ്യാവസാനഭാഗങ്ങൾ ഉണ്ടാവില്ല. അവ അടർന്നുപോയിട്ടുണ്ടാവും.

എന്തായാലും അനന്തു കേട്ടിട്ടുള്ള നോവലുകളും കഥകളും അവിടെയുണ്ട്. പോകുന്ന ആഴ്ച കിട്ടിയില്ലെങ്കിൽ അടുത്ത ആഴ്ച ഇഷ്ടപ്പെട്ട പുസ്തകം കിട്ടും. നോവൽ, കഥ, നാടകം തുടങ്ങിയവയൊക്കെയുണ്ട്.

തകഴി, വൈക്കം മുഹമ്മദ് ബഷീർ എം.ടി കാക്കനാടൻ തുടങ്ങിയവരുടെയൊക്കെയാണ് കൂടുതൽ പറഞ്ഞു കേട്ടിട്ടുള്ളത്. അതു

കൊണ്ട് അവതന്നെ ആദ്യം എടുത്തു. പിന്നെ കുറെ വിവർത്തനങ്ങളും. മോണ്ടി ക്രിസ്റ്റോ, കുറ്റവും ശിക്ഷയും, അന്നാകരീനീന തുടങ്ങിയവ.

വായനയിൽ കൂടുതൽ മുഴുകിയപ്പോഴാണ് അനന്തു പടിഞ്ഞാറേ ചായ്പിലേക്ക് വലിഞ്ഞത്. ഒറ്റയ്ക്കിരുന്ന് വായിക്കുന്ന പുസ്തകങ്ങളിലെ കഥാപാത്രങ്ങൾ അവന്റെ സ്വന്തക്കാരായി. കൂട്ടുകാരുമായി. അവരുടെ സംശയങ്ങൾ അവന്റേതുമായി. അവർക്ക് കിട്ടുന്ന ഉത്തരങ്ങൾ അനന്തുവിനുള്ളതായി

വായനയിൽനിന്നും അനന്തു പുതിയ ലോകങ്ങളെയറിഞ്ഞു. കുറെയേറെ ജീവിതങ്ങളെ - അനുഭവങ്ങളെ തൊട്ടറിഞ്ഞു. സംശയങ്ങൾക്ക് ഉത്തരങ്ങൾ കിട്ടിത്തുടങ്ങി. അവ ചിന്തകളിലെ കടന്നൽക്കൂടുകളായി.

ഒറിജിനൽ നാടകം

ജീവിതം നാടകമാണന്ന് പറഞ്ഞ മഹാൻ എത്ര വലിയവരാണ്.

വീണ്ടും ഒരോണം. നാടകം, നോട്ടീസുകൾ...

നോട്ടീസിൽ കണ്ടു. വലിയവരുടെ നാടകത്തിനുമുമ്പ് കുട്ടികളുടെ നാടകം എന്ന് അച്ചടിച്ചു വന്നതോടെ അനന്തുവിന് ഉത്സാഹമായി. അനന്തുവിന്റെയും കൂട്ടുകാരുടെയും നാടകം.

ഏകാങ്കമെന്നാൽ ഒരു അംഗമെന്നല്ല

എത്ര ആളുകൾക്ക് വേണമെങ്കിലും അഭിനയിക്കാം.

എന്നാൽ ഒരു രംഗംകൊണ്ട് നാടകം തീരണമെന്നു മാത്രം.

കർട്ടൻ പൊങ്ങി താഴ്ത്തുന്നതുവരെ നാടകത്തിൽ അഭിനയിക്കുന്നവർ ആ രംഗത്തുണ്ടാവണം.

കർട്ടൻ താഴ്ത്തരുത്.

അതിനുള്ളിൽ കഥ തീരണം.

എല്ലാവരും സ്റ്റേജിൽ വന്ന് അഭിനയിക്കണം. ശശിയും സത്യനും അനന്തുവുമുണ്ട്.

രണ്ട് കളിക്കൂട്ടുകാരുടെ കഥയാണ് അവതരിപ്പിക്കുന്നത്. സി. എൽ ജോസ് എന്ന പ്രസിദ്ധനാടകകൃത്തിന്റെ ഏകാങ്കനാടകസമാഹാരത്തിലുള്ളത്.

(കളിക്കൂട്ടുകാർ അനന്തുവും സത്യനുമാണ്. കുടുംബത്തിലെ ദാരിദ്ര്യം നിമിത്തം അനന്തുവിന്റെ വീട്ടുകാർ അന്യനാട്ടിലേക്ക് സ്ഥലം വിടുകയാണ്. പോകുന്നതിനു മുമ്പ് കൂട്ടുകാരനെ സഹായിക്കാൻ സത്യൻ സ്വന്തം വീട്ടിൽനിന്നും സ്വർണ്ണമാല മോഷ്ടിച്ച് അനന്തുവിന് കൊടുക്കുകയാണ്. പൊലീസുമായെത്തിയ സത്യന്റെ

അച്ഛൻ അനന്തുവിനെ പിടിക്കുന്നു. പൊലീസിന്റെ അടിയോർത്ത് സത്യനൊന്നും മിണ്ടുന്നില്ല. സത്യനെ പിടിക്കാതിരിക്കാൻ അനന്തു കുറ്റം ഏറ്റെടുക്കുന്നു. ഇതാണ് കഥ.)

രണ്ട് പൊലീസുകാരും അനന്തുവിന്റെ അമ്മയും സത്യന്റെ അച്ഛനും അനന്തുവും സത്യനും കൂടി ആറ് പേരാണ് കുട്ടിസംഘത്തിന്റെ നാടകത്തിലുള്ളത്.

വലിയവരുടെ നാടകത്തിൽ പത്ത്പതിനഞ്ചുപേരുണ്ട്. പൊലീസുകാർ അന്നുതന്നെ കളിക്കുന്നവരിൽപ്പെടും. ശശിയാണ് അമ്മയായി വേഷം കെട്ടുന്നത്.

സമാജം അമ്പലത്തിനുള്ളിലെ ഹാളിലാണ് റിഹേഴ്സൽ.

എല്ലാവരും അവരുടെ സംഭാഷണം കാണാതെ പറയണം. കൂടുതൽ സംഭാഷണം സത്യനും അനന്തുവിനുമാണ്. അവർ അത് കാണാപ്പാഠം പഠിച്ചു.

അനന്തുവിനെ പിടിക്കാൻ സഹായിക്കുന്ന സത്യന്റെ അച്ഛനും അതിൽ മനം നൊന്ത് കരയുന്ന അനന്തുവിന്റെ അമ്മയും.

പൊലീസുകാർക്കും സംഭാഷണം കുറച്ചേയുള്ളൂ. എല്ലാവരും അവരവരുടെ ഭാഗങ്ങൾ പലവട്ടം നോക്കിക്കഴിഞ്ഞു.

എന്നാൽ വലിയവരുടെ നാടകത്തിന്റെ കാര്യം അങ്ങനെയല്ല. അവരുടെ നാടകം രണ്ട് മൂന്ന് മണിക്കൂറോളമുണ്ടാകും. നിരവധി രംഗങ്ങളുമുണ്ട്. ഡോക്ടറുണ്ട്. കാമുകിയുണ്ട്. കള്ളനുണ്ട്. നായികയെ കൊന്ന് കുറ്റവാളിയാകുന്നുണ്ട്. കുറ്റാന്വേഷണമുണ്ട്. പൊലീസും ഇൻസ്പെക്ടറുമുണ്ട്. പാട്ടുണ്ട്. പ്രേമരംഗവുമുണ്ട്.

സുധാകരേട്ടനാണ് സംവിധായകൻ.

ഗോപേട്ടനാണ് ഡോക്ടർ. നാടകത്തിന് മുമ്പ് ഗോപേട്ടന് കഥാപ്രസംഗവുമുണ്ട്.

നായകനടി മൂന്ന് ദിവസം മുമ്പ് നാട്ടിലെത്തിയിട്ടുണ്ട്. അവർ ശരിക്കുമുള്ള നടിയാണ്. കാശ് കൊടുത്ത് അമ്പലം കമ്മിറ്റിക്കാർ കൊണ്ടുവന്നത്.

വാസ്തവത്തിൽ നായകനടിക്ക് മാത്രമേ അഭിനയിച്ച് പരിചയമുള്ളൂ.

ചന്ദ്രേട്ടനാണ് ഇൻസ്പെക്ടർ.

ശങ്കുണ്ണിച്ചോൻ പൊലീസുകാരൻ.

പിന്നെയും കുറെ ചേട്ടന്മാരുണ്ട്.

ആദ്യമൊക്കെ അവർ അവർക്ക് തോന്നിയ സമയത്ത്, ജോലിയൊക്കെ കഴിഞ്ഞാണ് റിഹേഴ്സിലിന് എത്തുക. റിഹേഴ്സലിന് കൃത്യസമയത്ത് വരാത്തതുകൊണ്ട് സുധാകരേട്ടൻ അവരെയൊക്കെ വഴക്ക് പറയുന്നത് കേട്ടിട്ടുണ്ട്.

എന്നാൽ നായകനടി വന്നെത്തിയതോടെ എല്ലാവരും എട്ടു മണിക്കുതന്നെ അമ്പലത്തിലെത്തും. ശാന്തേച്ചിയുടെ വീട്ടിലാണ് നായികയുടെ താമസം. റിഹേഴ്സൽ തുടങ്ങുമ്പോൾ അവരെത്തും. പിന്നെ കുട്ടികളായ ഞങ്ങളെ അവിടേക്ക് അടുപ്പിക്കില്ല. ഞങ്ങൾ മൈതാനത്തിലിരുന്ന് സംഭാഷണം പഠിക്കും.

മൂന്നോണദിവസമായി. ശ്രീനാരായണജയന്തി മഹോത്സവം. ചതയം നാൾ. കാര്യപരിപാടി നോട്ടീസിലുണ്ട്.

പ്രാർത്ഥന

പ്രസംഗം

ഡാൻസുകൾ

നാടകം.

ഏഴാമതായാണ് 'കുട്ടികളുടെ നാടകം' എന്ന് അച്ചടിച്ചിരിക്കുന്നത്.

കൃത്യസമയത്തുതന്നെ പരിപാടികൾ ആരംഭിക്കണം. കാരണം ഓരോ പരിപാടി കഴിയുമ്പോൾ അടുത്തത് ഉടനെ തുടങ്ങണം. എന്തെങ്കിലും കാരണവശാൽ ഒരു പരിപാടി നീണ്ടുപോയാൽ അടുത്തത് വൈകും. അതുകൊണ്ട് എല്ലാവരും തയ്യാറായി ഇരിക്കേണ്ടതുണ്ട്. പ്രധാന നാടകം പതിനൊന്ന് മണിയോടെ തീരണം. അല്ലെങ്കിൽ കാണികൾ വീട്ടിൽ പോകാൻ തിരക്ക് കൂട്ടും. ആരും കാണാനുണ്ടാകില്ല. അതുകൊണ്ട് അനന്തുവും കൂട്ടരും നേരത്തെ വന്ന് മേക്കപ്പ് ചെയ്യാൻ തുടങ്ങി. മുഖത്ത് ചായം പുരട്ടി ഏഴു മണിക്കുമുമ്പുതന്നെ തയ്യാറായി ഇരുന്നു.

പ്രാർത്ഥനയും ഡാൻസുമൊക്കെ ശാന്തേച്ചിയും ചന്ദ്രേച്ചിയും പഠിപ്പിച്ച പെൺകുട്ടികളാണ് അവതരിപ്പിക്കുന്നത്. അനന്തുവും കൂട്ടരും ചായം തേച്ചിരിക്കുന്നതുകൊണ്ട് പുറത്തിറങ്ങാൻ പറ്റില്ല.

കർട്ടന്റെ പുറകിലാണെങ്കിൽ സ്ഥലവുമില്ല. എല്ലാംകൂടി തിക്കും തിരക്കും.

പെട്ടെന്നാണ് ഒരു ബഹളവും ചോദ്യവും.

''ഏതാ ഈ തള്ള?''

ഡാൻസ് കളിക്കാൻ തയ്യാറായിരിക്കുന്ന പെൺകുട്ടികളുടെ ഇടയിൽ നിന്നുമാണ് ആ ബഹളം. ശശി 'അമ്മ'യായി മേക്കപ്പിട്ടപ്പോൾ അവർക്ക് അവനെ മനസ്സിലായില്ല. അനന്തുവും കൂട്ടുകാരും ആ രഹസ്യം പുറത്ത് പറഞ്ഞതുമില്ല. വേണമെങ്കിൽ നാടകം കണ്ട് തിരിച്ചറിയട്ടെ എന്ന് കരുതി.

പ്രസംഗങ്ങൾ നീണ്ടുപോയതുകാരണം ഡാൻസുകൾ പെട്ടെന്ന് പെട്ടെന്ന് തീർക്കാൻ തുടങ്ങി. എത്ര ഡാൻസുണ്ടെന്ന് ആർക്കുമറിയുകയുമില്ല.

ഡാൻസ് കഴിഞ്ഞാൽ അനന്തുവിന്റെയും കൂട്ടരുടെയും നാടകമാണ്.

സ്നേഹത്തിന്റെ കയ്പുനീർ.

''ഇനി നിങ്ങളുടെ നാടകമാണ്. കർട്ടനുയരുമ്പോൾ ആദ്യം ചെല്ലേണ്ട ആൾ ചെന്ന് നാടകം തുടങ്ങേണ്ടതാണ്.''

സുധാകരേട്ടനാണ്. ആള് തന്നെയാണ് ഞങ്ങൾക്ക് സംഭാഷണം പറഞ്ഞുതരിക (പ്രോംട് ചെയ്യുന്നത്). അതുകൊണ്ട് സുധാകരേട്ടൻ പറയുന്നതനുസരിക്കണം.

അനന്തു കർട്ടന്റെ ഇടയിലൂടെ മൈതാനത്തേക്ക് നോക്കി.

ട്യൂബ് ലൈറ്റിന്റെ വെളിച്ചത്തിൽ അമ്മയും ചേച്ചിമാരും അയൽവക്കത്തെ കുട്ടികളുമൊക്കെ പായ വിരിച്ചിരിക്കുന്നതു കണ്ടു.

അടുത്തതായി 'എസ്.എൻ.ബി.എസ്' ചിൽഡ്രൻസ് ടീം അവതരിപ്പിക്കുന്ന ഏകാങ്ക നാടകം -

സ്നേഹത്തിന്റെ കയ്പ്പുനീർ - രംഗത്ത്,

അഭിനയിക്കുന്നവർ:

സത്യൻ

ശശി

ശങ്കുണ്ണി

മനോഹരൻ

അനന്തു

സുധാകരേട്ടനാണ് വിളിച്ചു പറയുന്നത്. മൈക്ക് പൊത്തിപ്പിടിച്ച് സുധാകരേട്ടൻ സ്റ്റേജിലേക്ക് എല്ലാവരെയും തള്ളിവിട്ടു.

പിന്നെ നടന്നതെല്ലാം ഒരു യന്ത്രം ചെയ്യുന്നതുപോലെ. എല്ലാവരും രംഗത്തെത്തി.

സത്യൻ വരുന്നു...

ശശി വരുന്നു...

പൊലീസ് വരുന്നു...

മനോഹരൻ വരുന്നു...

അനന്തു വരുന്നു...

മുന്നിൽ കണ്ണെത്താദൂരത്തോളം ജനങ്ങൾ.

നിറച്ചും ട്യൂബ് ലൈറ്റുകൾ.

കാണികൾ ആരും മിണ്ടുന്നില്ല.

ശശി മുന്നിൽ.

അനന്തു: ''അമ്മേ...അമ്മേ... നാം എങ്ങോട്ടാണ് പോകുന്നത്?''

ഇതു ചോദിക്കുമ്പോൾ സദസ്സിൽ, മുന്നിലിരിക്കുന്ന അമ്മയെ അനന്തുവിന് വ്യക്തമായി കാണാം. ചേച്ചിമാരൊക്കെ മൂക്കത്ത് വിരൽ വെച്ചിരിക്കുന്നതും.

അപ്പോഴേക്കും ചന്ദ്രൻ പൊലീസും ശങ്കുണ്ണി പൊലീസും അനന്തുവിനെ ബലമായി പിടിച്ചു. സത്യന്റെ അച്ഛനും. ട്രൗസറിന്റെ പോക്കറ്റിലിട്ട മൂക്കുപണ്ടം തപ്പിയെടുത്ത് അച്ഛൻ വിളിച്ചു പറഞ്ഞു.

''ഇതാ മാല, കള്ളൻ, നടക്കെടാ സ്റ്റേഷനിലേക്ക്.''

അമ്മ കരഞ്ഞിട്ടും അനന്തുവിനെ പിടിച്ചു വലിച്ച് പൊലീസ് നടന്നു. സത്യൻ ഒരു മൂലയിൽ നിന്നും അനന്തുവിനെ നോക്കി കരഞ്ഞു. അവനും സങ്കടം വന്നു. എങ്കിലും കുറ്റം സമ്മതിച്ചതുപോലെ തലയും താഴ്ത്തി അനന്തു പൊലീസിനൊപ്പം സ്റ്റേഷനിലേക്ക്, കർട്ടന്റെ പിന്നിലേക്ക് നടന്നു.

കർട്ടൻ സാവധാനം താഴ്ന്നു.

കൂട്ടമായി കൈയടി ശബ്ദം ഉയർന്നു. കാണികളുടെ വിസിലും

പീപ്പി വിളികളും കൊണ്ട് അന്തരീക്ഷം കുറച്ച് സമയത്തേക്ക് മുഖരിതമായി.

''അടുത്ത നാടകത്തോടെ നമ്മുടെ ശ്രീനാരായണജയന്തി മഹോത്സവം അവസാനിക്കുകയാണ്.''

അപ്പോഴാണ് ആ ആരവം കുറഞ്ഞത്.

സത്യത്തിൽ നേരത്തെ കണ്ടത് നാടകമായിരുന്നോ?

അനന്തു ആലോചിക്കുകയായിരുന്നു. കുറെ ദിവസത്തേക്ക് അനന്തുവിന്റെ സംശയം അതായിരുന്നു.

പിന്നെ സ്വയം ഒരു തീർപ്പിലെത്തി.

വലിയവർ അഭിനയിക്കുന്നത് നാടകവും കുട്ടികൾ നാടകമായി അവതരിപ്പിക്കുന്നത് യാഥാർത്ഥ്യവുമാണ്. അതുകൊണ്ടാണല്ലോ അവർ അഭിനയിക്കുമ്പോൾ ശരിക്കും സങ്കടം വരുന്നത്.

കുട്ടികൾ സ്റ്റേജിൽ അഭിനയിക്കുകയല്ല, ജീവിക്കുകയാണ്. അനന്തുവിനു തോന്നി.

അച്ഛൻ വീട്ടിലില്ല

വീട്ടിലെ കാര്യങ്ങൾ നോക്കാതെ നാട്ടിലെ കാര്യങ്ങൾ നോക്കാത്ത അച്ഛന്മാരെപ്പറ്റി എന്താണ് പറയുക? അത് ആരെങ്കിലും പറഞ്ഞു തരുമോ?

ചേച്ചി പത്താംക്ലാസ്സ് തോറ്റു. വീട്ടിലിരിക്കാൻ തുടങ്ങിയിട്ട് രണ്ട് വർഷമായി. തോറ്റതൊന്നും പഠിക്കാൻ പോയില്ല. കല്യാണാലോചനകൾ വരാൻ തുടങ്ങിയിരുന്നു.

ആയിടയ്ക്കാണ് ഒരു ആലോചന വന്നത്.

അന്ന് പക്ഷേ അച്ഛൻ വീട്ടിലുണ്ടായിരുന്നില്ലത്രെ.

അമ്മയ്ക്കാണ് എന്നും അക്കാര്യത്തിൽ വേവലാതി. തുടങ്ങിയല്ലോ ബഹളവും പയ്യാരം പറച്ചിലും.

‘‘സമ്മേളനം, ജാഥ എന്നൊക്കെ പറഞ്ഞു നടക്കും. വീട്ടിലെന്താണ് നടക്കുന്നതെന്ന് വല്ല വിചാരവുമുണ്ടോ?’’

അമ്മ പറഞ്ഞത് വെച്ച് നോക്കിയപ്പോൾ അനന്തുവിന് മനസ്സിലാക്കാനായത് അച്ഛൻ സമ്മേളനത്തിന് പോയിരിക്കയാണ് എന്നതും കല്യാണാലോചനക്കാർ വന്ന സമയത്ത് അച്ഛൻ വീട്ടിലില്ലാതിരുന്നതിന്റെ ദ്വേഷ്യവുമാണെന്നാണ്.

‘‘ജാഥ നടത്തി, സമരം നടത്തി കമ്പനി പൂട്ടീത് മിച്ചം.’’

അത് നന്നായി. അച്ഛന്റെ കമ്പനി പൂട്ടിക്കിടക്കുകയാണ്. ബോണസ്സിന് വേണ്ടിയുള്ള സമരം. ബോണസ്സ് എന്താണെന്നൊന്നും അനന്തുനറിയില്ല. അക്കാര്യം എന്താണെന്ന് അച്ഛനല്ലാതെ വീട്ടിലാർക്കും അറിയുകയുമില്ല.

അമ്മ പറയുന്നതിനൊന്നും അച്ഛൻ മറുപടി പറയില്ല. മിണ്ടാതിരിക്കും.

അമ്മ തുടരും.

''വീട്ടിലിങ്ങനെ കുത്തിയിരുന്നാൽ കഞ്ഞിക്കും കൂട്ടാനും കുട്ട്യോൾടെ പഠിത്തത്തിനും വേറെ വഴിയില്ല എന്ന വിചാരം വേണം.''

ഇതെല്ലാം കേട്ട് കേട്ട് മടുത്തിട്ടാവും കമ്പനി അടച്ചിട്ടിട്ടും അച്ഛൻ വീട്ടിലിരിക്കാത്തത്. പാർട്ടി പ്രവർത്തനത്തിനും മറ്റു പരിപാടി കൾക്കുംപോകുന്നത് അതുകൊണ്ടായിരിക്കും.

എന്നാൽ അമ്മ പറയുന്നതിലും കാര്യമുണ്ടല്ലോ എന്നാണ് അനന്തു ആലോചിച്ചത്. വീട്ടിലെ കാര്യങ്ങൾ നോക്കിയിട്ടുവേണ്ടെ നാട്ടിലെ കാര്യങ്ങൾക്ക് പോകാൻ. അനന്തു ചിന്തിച്ചു.

അമ്മയുടെ വാക്കുകൾ തുടരും.

''ഇവിടെ പയ്യിനെ കറന്നും കെട്ടാനും കൊയ്യാനും പോകുന്ന തുകൊണ്ട് ഒരു വിധം കാര്യങ്ങൾ കഴിഞ്ഞങ്ങനെ പോകുന്നു. ആ ചാക്കുണ്ണിമാപ്ലേടെ കടേല് എത്ര കടംന്നാ വിചാരം?''

അത് ശരിയാ, കടേലെ കടം എത്രയാണെന്ന് അനന്തുവിനറിയാം. നന്തിക്കരയിലെ ചാക്കുണ്ണിമാപ്ലേടെ പീടികയിലേക്ക് സാധനങ്ങൾ വാങ്ങിക്കാൻ പോകുന്നുത് അനന്തുവാണല്ലോ. മാസത്തിൽ ഒരു തവണയാണ് പോകുക. ചെറിയ ചെറിയ വാങ്ങലൊക്കെ അടുത്തുള്ള കുഞ്ഞൂറ്റിച്ചോന്റെ കടേൽനിന്നാണ്. ചാക്കുണ്ണിമാപ്ലയോ മൂത്ത മകൻ ദേവസ്സിയോ പറയും.

''ഇത്തവണയും പറ്റ് തീർന്നിട്ടില്യാന്ന് വീട്ടിൽ പറേണം.''

അത് അനന്തുവിനോടാണല്ലോ പറയുക. അങ്ങനെയാണ് അക്കാര്യം അനന്തു അറിയുന്നത്.

അനന്തു ആലോചിക്കുകയാണ്. ആ കടം തീർത്തിട്ടുപോരെ പിന്നെ സാധനങ്ങൾ വാങ്ങിക്കാൻ?

ശമ്പളം കിട്ടുമ്പോൾ അത് തീർക്കാലോ. എന്നാൽ ശമ്പളത്തിന് മേലെയുള്ള കടമുണ്ടായിരിക്കാം ചിലപ്പോൾ.

പിന്നെയുമുണ്ട് അമ്മയുടെ ആരോപണങ്ങൾ. സ്ഥിരമാണ് ആ പറച്ചിൽ.

''ഒരാൾ പഞ്ഞിപ്പൊടി തിന്നിട്ട് ഉണ്ടാക്കി കൊണ്ടു വരണത് വേറെ വഴിക്കല്ലേ പോണേ?''

അപ്പോൾ അനന്തു ആലോചിക്കും.

അത് പണ്ടെങ്ങാണ്ട് അച്ഛമ്മ അമ്മായിക്ക് കൊണ്ടുപോയി കൊടുത്ത കാശിനെപ്പറ്റിയാണ്. ഇപ്പോൾ അച്ഛമ്മയ്ക്ക് വയ്യാതായ തിൽപ്പിന്നെ പോക്കില്ല. അതുകൊണ്ട് ആ പറച്ചിൽ ഇത്തിരി കുറ വാണ്.

ഇപ്പോൾ കമ്പനി പൂട്ടിയതുകൊണ്ട് ശമ്പളവുമില്ല. ബോണസ്സിന് എല്ലാ കൊല്ലവും സമരമുണ്ടാകും. കമ്മ്യൂണിസ്റ്റുകാരും കോൺഗ്രസ്സുകാരും കമ്പനിപ്പടിക്കലേക്ക് ജാഥ നടത്തും. സത്യഗ്രഹമിരിക്കും. ഒന്നോ രണ്ടോ മാസം പൂട്ടിക്കിടക്കും. എന്നാലും ജാഥയ്ക്കും സമ്മേളനത്തിനും കുറവൊന്നുമില്ല. ഇനി സർക്കാർ ഒത്തുതീർപ്പ് ചർച്ചയ്ക്ക് വിളിക്കണം. അച്യുതമേനോനും കരുണാകരനും സർക്കാരിലുണ്ട്. എന്തായാലും തീർപ്പുണ്ടാവും. ആ വിശ്വാസത്തിലാണ് തൊഴിലാളികൾ കഴിയുന്നത്.

ഇങ്ങനെ സമ്മേളനത്തിന് പോകുന്ന അച്ഛനെ അമ്മയ്ക്ക് മാത്രമേ വിലയില്ലാതുള്ളൂ. നാട്ടിലെല്ലാവർക്കും രാഘവനാശാനെ ബഹുമാനമാണ്. ആന്റോ മാഷ്പോലും രാഘവനാശാൻ എന്നാണ് വിളിക്കുക.

എന്തായാലും കല്യാണാലോചന വരുമ്പോഴെങ്കിലും അച്ഛന് വീട്ടിലുണ്ടായിക്കൂടെ എന്ന അമ്മയുടെ ചോദ്യം ന്യായമാണെന്ന് അനന്തുവിന് തോന്നുന്നുണ്ട്. അന്വേഷിച്ചു വരുന്നവർക്ക് ഗൃഹനാഥൻ ഇങ്ങനെ വീട് നോക്കാതെ അലഞ്ഞു തിരിഞ്ഞ് നടക്കുന്നവനാണെന്ന് തോന്നിയാലോ. തോന്നിയിട്ടുണ്ട്. അതുകൊണ്ടാണ് ആ ആലോചനക്കാർ പിന്നെ വരാതിരുന്നത്.

അതുകൊണ്ടാണ് അമ്മ ഇങ്ങനെയൊക്കെ പറയുന്നതും.

ആലോചിച്ചാലോചിച്ച് നെറ്റിയിൽ കൈ ചേർത്തുവെച്ചുകൊണ്ട് അനന്തു കിടന്നു.

ആളെന്തെങ്കിലും കുഴപ്പം?

ജീവിക്കാൻ എന്തെല്ലാം മാർഗ്ഗങ്ങളുണ്ട് എന്ന് എപ്പോൾ വേണ മെങ്കിലും ആലോചിക്കാവുന്നതാണ്. എന്നാൽ അത് കാര്യ മായി ആലോചിച്ചിട്ടു വേണമെന്ന് മാത്രം. വീട്, പരിസരം, എന്നിവയെക്കുറിച്ചെല്ലാം ചിന്തിക്കണം. അല്ലെങ്കിൽ... അല്ലെങ്കിൽ?

തുടങ്ങിയിട്ടുണ്ട് വീടിന് മുന്നിൽ ഒരു കല്ലൊരഷെഡ്.

കല്യാണാലോചന തന്നെയായിരുന്നു വിഷയം. അത് അച്ഛൻ വീട്ടിലില്ലാത്തതുകൊണ്ടുമാത്രമായിരുന്നില്ല എന്നാണ് അനന്തുവിന് തോന്നിയിട്ടുള്ളത്. അതിലും വലിയ ഏതോ കാരണമുണ്ടെന്ന് വീട്ടിലെ സംസാരത്തിൽനിന്നും മൂത്തവരുടെ പെരുമാറ്റത്തിൽനിന്നും മനസ്സിലായി.

കാരണം ആ കല്ലൊരഷെഡ്ഡും അതിലെ പണിക്കാരുമാണ്.

ചേച്ചി മിക്കവാറും അടുക്കളയിലാണ്. പിന്നെ കിഴക്കേ ഇറയത്തും തെക്കെ പുറത്തുമാണ്. മുന്നിലെ മുറ്റത്തേക്ക് വരുന്നത് തീരെ കുറഞ്ഞു. അധികം മിണ്ടാട്ടവുമില്ല.

അമ്മ പാടത്തുനിന്നും വന്നാൽ തുടങ്ങുകയായി. മുറ്റമടിക്കാത്തതിന് ചീത്ത പറയും.

ചേച്ചിക്ക് മുറ്റമടിച്ചാലെന്താ? ഇപ്പോൾ കല്ലൊരക്കമ്പനിക്ക് കൊടുത്ത സ്ഥലം കഴിഞ്ഞാൽ കുറച്ച് മുറ്റമല്ലേയുള്ളൂ?

അങ്ങനെയാണ് അനന്തു വിചാരിച്ചത്.

മൂന്ന് മാസമായി വീടിന്റെ പടിക്കൽ, മുറ്റത്തിന്റെ പടിഞ്ഞാറ് വശത്ത് ഒരു ഓലഷെഡ്ഡ് കെട്ടി കല്ലൊരക്കമ്പനി തുടങ്ങിയിട്ടുണ്ട്. അച്ഛനാണ് അത് ഏർപ്പാടാക്കിയത്. ചെറിയ വാടക കിട്ടുമത്രെ. അപ്പുച്ചോനും വേണുച്ചേട്ടനുമാണ് കല്ലൊരക്കാർ.

ചവിട്ടുന്ന രണ്ട് മെഷിനുണ്ട്. വലിയ ഒരു ബെൽട്ടിന്മേൽ ചക്രം തിരിയുമ്പോൾ ആളിരിക്കുന്നതിന് മുന്നിലുള്ള ചെറിയ ഡിസ്ക് തിരിയും. അതിൽ ഗ്രീസ് പുരട്ടി ചവണകൊണ്ട് ഗ്ലാസ്സ്പോലെയുള്ള ചെറിയ വൈരക്കല്ലുകൾ പിടിച്ച് ഉരച്ച് മിനുക്കും.

ഉത്തരേന്ത്യയിൽനിന്നുമാണ് ഉരയ്ക്കാനുള്ള മുത്തുകല്ലുകൾ കിട്ടുന്നത്. മിനുക്കിയെടുത്ത കല്ലുകൾക്ക് ഒന്നിന് വെച്ച് കുറച്ച് ലാഭം കിട്ടും. ചില കല്ലുകൾ പൊട്ടിപ്പോകുന്നതുകൊണ്ട് വലിയ ലാഭമില്ലെന്നാണ് അപ്പുച്ചോനും വേണുച്ചേട്ടനും പറയുന്നത്. എങ്കിലും അച്ഛന് കൊടുക്കുന്ന വാടക അവർ മുടക്കാറില്ല. പിന്നെ അമ്മയ്ക്കെന്താണ് അവരോട് ഇത്ര വിരോധം എന്ന് എത്ര ആലോചിട്ടും അനന്തുവിന് മനസ്സിലായില്ല.

അമ്മ പറയുന്നതും അനന്തുവിന് മനസ്സിലാകാത്ത കാര്യമാണ്.

''അപ്പഴേ ഞാൻ പറഞ്ഞതാ, ഇതൊന്നും ഇവിടെ വേണ്ടെന്ന്. തനിക്ക് താൻപോന്ന രണ്ട് ആണുങ്ങള് പടിക്കൽ പണിഞ്ഞുകൊണ്ടിരിക്ക്യാ. വീട്ടിലാണെങ്കിൽ ഒരു തള്ളയും രണ്ട് പെൺകുട്ടികളും മാത്രം.''

അനന്തു വിചാരിച്ചു. അതിനെന്താ, ചേച്ചിയും അച്ഛമ്മയും ഒറ്റയ്ക്കാവുമ്പോൾ അവർ പടിക്കലുള്ളത് നല്ലതല്ലേ. പുറത്തുനിന്ന് ആരു വന്നാലും കാണാമല്ലോ.

രാവിലെ പത്ത് മണിക്ക് വന്ന് ഉരച്ച് തുടങ്ങിയാൽ ഉച്ചയ്ക്ക് ഊണ് കഴിക്കാൻ പോകും. വീണ്ടും വന്ന് ആറു മണിക്ക് മുമ്പ് പോകും. ചുമരൊന്നും ഇല്ലാത്തതിനാൽ അവിടെ നടക്കുന്നത് വീട്ടിലെല്ലാവർക്കും കാണാം.

എന്നാൽ മൂന്ന് നാല് ദിവസമായി ഷെഡ്ഡ് അടഞ്ഞുകിടക്കുകയാണ്. അവർ വരുന്നില്ല. വീട്ടിലും ആരും അധികം സംസാരിക്കുന്നില്ല. അച്ഛനോട് അമ്മ എന്തൊക്കെയോ പറയുന്നുണ്ട്. അച്ഛനാകട്ടെ, അതൊന്നും ഇഷ്ടപ്പെടുന്നുമില്ല.

മിണ്ടാണ്ടിരുന്നോ, എന്ന് താക്കീതിന്റെ സ്വരത്തിൽ പറയുന്നുമുണ്ട്.

തൽക്കാലം അമ്മ മിണ്ടാതെയാവും. പിന്നെ കുറച്ച് കഴിഞ്ഞാൽ വീണ്ടും തുടങ്ങും.

കരഞ്ഞിട്ടാണെന്ന് തോന്നുന്നു ചേച്ചിയുടെ മുഖമാകെ വീർത്തിട്ടുണ്ട്. അമ്മ പിന്നെയും പിന്നെയും ചീത്ത പറഞ്ഞിട്ടുണ്ടാവും.

ചേച്ചിയുടെ കല്യാണം മുടങ്ങിയതിന് അച്ഛൻ വീട്ടിലില്ലാത്തതു കൊണ്ടു മാത്രമല്ല ഈ കല്ലൊരക്കാരുമായി എന്തോ ബന്ധവുമുണ്ട്.

അതിനെപ്പറ്റി അമ്മ ഇങ്ങനെയാണ് പറയുന്നത്:

''എങ്ങനെ നടക്കാനാ, സമ്മതിക്കാനാ? അന്യ ആൾക്കാർ വരുമ്പോൾ മുന്നിൽ കാണുന്നത് ഇതല്ലേ? ഒരു കല്ലൊരയും ഷെഡും. ഇതൊന്നും വേണ്ടാന്ന് ഞാനപ്പഴേ പറഞ്ഞതാണ്. ആൾക്കാരെ ക്കൊണ്ട് പറയിപ്പിക്കാൻ...''

അതിന്റെ അർത്ഥം മുഴുവനും അനന്തുവിന് മനസ്സിലായിട്ടില്ല. എന്നാൽ കല്യാണം മുടങ്ങാൻ അതും ഒരു കാരണമാണെന്ന് അനന്തുവിന് ഉറപ്പായി. അതുകൊണ്ടാണല്ലോ കല്ലൊര നിർത്തിയത്.

അപ്പുച്ചോൻ കല്യാണം കഴിച്ച് ഒരു കുട്ടിയുള്ള ആളാണ്.

പിന്നെ വേണുവട്ടനാണ്. വിജുച്ചേട്ടന്റെ പ്രായം ഉണ്ട്. പഠിക്കാത്ത ആളായതുകൊണ്ടാണ് ഈ പണി ചെയ്യുന്നത്. ഇനി ആളെന്തെങ്കിലും പണി ഒപ്പിച്ചിട്ടുണ്ടാവുമോ?

എന്തായും ആകെ ഒരു മനസ്സിലാവായ്കയുണ്ട്.

അനന്തു തിരിഞ്ഞും മറിഞ്ഞും കിടന്നുകൊണ്ടേയിരുന്നു.

ആരോട് ചോദിക്കും?

> അതാണ് എല്ലാക്കാലത്തും മനുഷ്യരെ കുഴക്കുന്ന ചോദ്യം. ആരോട് ചോദിക്കും. ആരോട്?

അനന്തുവിന് എപ്പോഴും ഉത്തരം കിട്ടാത്ത കുറെ ചോദ്യങ്ങളുണ്ട്. എന്ത്, എന്തുകൊണ്ട്, ആരോട്.

അതുതന്നെയാണ് ഇവിടെയും സംഭവിച്ചത്.

(ഇനി അത് മണിചേച്ചി തന്നെ പറയട്ടെ. കാരണം ഈ സംഭവത്തിന് അനന്തു സാക്ഷി മാത്രമാണ്.)

മണിചേച്ചി വല്ലാത്ത അവസ്ഥയിലായി. അല്ലെങ്കിൽ വല്ലാത്ത അവസ്ഥയിലേക്കാണ് കാര്യങ്ങൾ നീങ്ങുന്നത്.

അവൾ സ്വയം ചോദിക്കുകയായിരുന്നു.

തന്റെ കുറ്റം എന്തായിരുന്നു?

കല്യാണാലോചനക്കാർ വന്ന് പോയതിൽപ്പിന്നെ തുടങ്ങിയതാണ് അമ്മയുടെ ചീത്ത പറച്ചിൽ.

(ചേച്ചി പിറുപിറുക്കുന്നത് അനന്തു കേട്ടിട്ടുണ്ട്.)

‘‘പത്താം ക്ലാസ്സ് തോറ്റതിനായിരുന്നു ആദ്യം. പിന്നെ പാടത്തേക്ക് ചെല്ലാത്തതിന്. പിന്നെ അടുക്കളപ്പണി കഴിയാത്തതിന്.’’

(അനന്തു അത് കേൾക്കുകയല്ലാതെ വേറെയെന്ത് ചെയ്യാൻ?)

പിന്നെയും കേൾക്കാം.

‘‘തന്നെക്കൊണ്ട് എന്തിന് കൊള്ളാം, കുറച്ച് വെളുത്തിട്ടാണെന്നല്ലാതെ. തനിക്ക് എന്ത് കഴിവുണ്ട്? ബാക്കി ഒരു കാര്യത്തിലും മെച്ചമല്ലല്ലോ. അയാൾക്ക് തന്നെ ഇഷ്ടപ്പെട്ടെങ്കിലേ അത്ഭുതമുള്ളൂ.’’

(ചേച്ചിയുടെ പരാതി അവസാനിക്കുന്നില്ല. അനന്തു കേൾക്കുന്നുണ്ട്.)

''കൂടെക്കൂടെ പറയുന്നു മുന്നിലെ കല്ലോരക്കാർ കാരണമാണെന്ന്. അവർ എന്ത് ചെയ്തെന്നാ? മുമ്പ് താൻ മുറ്റമടിക്കാനെങ്കിലും മുന്നിലേക്ക് പോകാറുണ്ടായിരുന്നു. ഇപ്പോൾ അതുമില്ലല്ലോ. പിന്നെ അമ്മ എന്തിനാണ് ഇങ്ങനെ പറഞ്ഞുകൊണ്ടിരിക്കുന്നത്?

(ആരോടും പറയാനില്ലാത്തതുകൊണ്ടാവും ചേച്ചി ഇങ്ങനെയൊക്കെ പറയുന്നത്. അനന്തു ഓർത്തു.)

''താനൊരു ചീത്ത കാര്യവും ആലോചിച്ചിട്ടില്ല. പ്രേമം എന്നാണെങ്കിൽ പത്താം ക്ലാസ്സുവരെ താൻ സ്കൂളിൽ പോയതല്ലേ? രാധയും രവിയും പ്രേമത്തിലായത് സ്കൂളിൽ പഠിക്കുമ്പോഴല്ലേ? തനിക്കും അതാവാമായിരുന്നല്ലോ. മുന്നിൽ കല്ലോരയ്ക്കിരിക്കുന്നവർ ഒരാൾ അപ്പുച്ചോനാണ്. കല്യാണം കഴിഞ്ഞയാള്. പിന്നെയുള്ളത് വേണുച്ചേട്ടനാണ്. സ്വന്തം ചേട്ടന്റെ കൂടെ പഠിച്ചയാള്. ചേട്ടനെപ്പോലെത്തന്നെയാണ് പെരുമാറുന്നതും. അതിൽ യാതൊരു തെറ്റുമുണ്ടായിട്ടില്ല. ഇന്നേവരെ അങ്ങനെയൊന്ന് മനസ്സിലൂടെ കടന്നപോയിട്ടുമില്ല. എന്നിട്ടും... എന്നിട്ടും...

(ചേച്ചി പറഞ്ഞ് കരയുന്നത് അനന്തു കാണുന്നുണ്ട്. എന്തു ചെയ്യാൻ?)

''അവർക്ക് കല്ലോരയ്ക്ക് സ്ഥലം കൊടുത്തത് താൻ പറഞ്ഞിട്ടാണോ? അവർ വന്നുപോണത് താൻ നോക്കുന്നേയില്ല. പിന്നെ എന്തിനാണ് തന്നെ കുറ്റം പറയുന്നത്? താൻ പുറത്തേക്ക് ഇറങ്ങുന്നേയില്ല. പോരെ അമ്മയ്ക്ക്?''

(അനന്തു അറിയുന്നുണ്ട്. രണ്ടാഴ്ചയായി ഇപ്പോൾ ചേച്ചി പുറത്തിറങ്ങാറേയില്ല. അടുക്കളയും തെക്കെപ്പുറവും മാത്രമാണ് ചേച്ചിയുടെ ലോകം. ഭക്ഷണവും വളരെ കുറച്ച് മാത്രം. ചോദിച്ചാൽ പറയും വിശപ്പില്ലെന്ന്.)

അമ്മ പറയുന്നത് കേട്ടു

''ഇവൾ എന്ത് വിചാരിച്ചാണ്. ഒന്നും തിന്നാതെ ചത്തുപോവുമല്ലോ ദൈവമേ...''

(അതിനുശേഷമാണ് ചേച്ചിയുടെ പിറുപിറുപ്പ്... എല്ലാം കേക്കാനും കാണാനും അനന്തു മാത്രം.)

''ഇന്ന് ഭക്ഷണം കഴിക്കാത്തതിന്മേൽ പിടിച്ചാണ് അമ്മയുടെ ചീത്ത വിളി.''

''ചത്തുപോട്ടെ, അപ്പോൾ ഇവിടുത്തെ എല്ലാ പ്രശ്ങ്ങളും തീരുമല്ലോ. എത്ര കാലമായി താനിത് കേൾക്കുന്നു. സഹിക്കുന്നു. വീട്ടിലാരും സ്വന്തം കാര്യങ്ങളെപ്പറ്റി പറയാത്തതുകൊണ്ട് താൻ ഇതുവരെ തന്റെ വിഷമങ്ങളെക്കുറിച്ച് പറഞ്ഞിട്ടില്ല. എല്ലാവർക്കും ഞാൻ കാണിച്ചുകൊടുക്കുന്നുണ്ട്. എന്തിനാണിങ്ങനെ ജീവിക്കുന്നത്?''

(അതും കേട്ടു അനന്തു. എന്ത് കാണിച്ചു തരാമെന്നാണാവോ ചേച്ചി പറയുന്നത്?)

മറക്കാനാവാത്ത സംഭവം

ചില സംഭവങ്ങൾ അങ്ങനെയാണ്. ഒരിക്കലും മറക്കാനാവാത്തതും ജീവിതം മുഴുവൻ വേട്ടയാടുന്നതും.

അന്ന് അച്ഛൻ പുലർച്ചെ ജോലിക്ക് പോയി. രാവിലെ മുറ്റമടിക്കലും പാത്രം മോറലും കഴിച്ചു. ഇന്നലെ ഉറക്കം തീരെ വന്നില്ല. തല വിങ്ങുന്നുണ്ട്.

(മണി ഓർക്കുകയായിരുന്നു. അനന്തു ദൃക്സാക്ഷി മാത്രമാണിവിടെ.)

അടുക്കളയിൽ കയറി കഞ്ഞി വെച്ചു. അച്ഛമ്മയ്ക്കുള്ളത് തെക്കെ ചായ്പ്പിൽ കൊണ്ടു കൊടുത്തു. കുട്ടികൾ സ്കൂളിൽ പോയി. അമ്മ പാടത്തേക്കും പോയി.

തനിക്കൊന്നും കാണാനാവുന്നില്ല.

തല ചുറ്റുന്നുണ്ടോ?

മനസ്സിലെ മൂടിക്കെട്ടലാണോ കാരണം?

പുല്ലരിയാനുള്ള കൊട്ടയും അരിവാളുമെടുത്ത് നടന്നു. പടി കടന്ന് കൃഷ്ണൻകുട്ടിച്ചോന്റെ ഇടവഴി കടന്ന് താഴെ പാടത്തേക്ക് വേഗം നടന്നു. നടവരമ്പും കഴിഞ്ഞ് കോളിലെ കൈതക്കുളത്തിലേക്ക്. കാലുകൾ തന്നെ വലിച്ചുകൊണ്ടുപോകുകയാണ്. ചുറ്റുപാടും ഒന്നും കാണുന്നില്ല. പാടത്തെ മൂടൽമഞ്ഞിൽ വയലെല്ലാം പച്ചയ്ക്ക് പകരം വെള്ളയാണ്. തൊട്ടടുത്ത് ആള് വന്നാൽപ്പോലും കാണില്ല.

കാല് വെള്ളത്തിൽ തൊട്ടപ്പോഴാണ് അതിനിത്ര തണുപ്പുണ്ടെന്നറിഞ്ഞത്. മരവിപ്പ് ശരീരത്തിലേക്ക് പടർന്നു.

കുളക്കോഴികൾ മുങ്ങി നിവർന്ന് നോക്കിനിന്നു. വലിയ ഓളങ്ങളുണ്ടാക്കി വീണ്ടും വീണ്ടും ഇറങ്ങുകയാണ്. അരയ്ക്കുമീതെ

വെള്ളമായി. കണ്ണ് വരെയെത്തി. മുങ്ങട്ടെ. ലോകം മറയട്ടെ. ഈ ലോകത്തുനിന്നും താൻ മാഞ്ഞുപോകട്ടെ. ലോകം തന്നെ ഇല്ലാതാവട്ടെ. നശിച്ച ലോകം.

പിന്നെ...പിന്നെ...

ഏതൊക്കെയോ ശബ്ദങ്ങൾ അവ്യക്തമായി കേൾക്കുന്നുണ്ട്. ആരൊക്കെയോ ഓടിവരുന്നുണ്ടെന്ന് തോന്നുന്നു. അവൾ മുങ്ങുകയാണ്.

താൻ തളരുന്നതറിഞ്ഞു.

"**അ**യ്യോ, ഓടിവരണേ, ഈ കുട്ടിയെ പിടിച്ച് കയറ്റണേ..."

സ്ത്രീകൾ അലമുറയിട്ടു.

ആണുങ്ങൾ മുടി പിടിച്ചു വലിച്ചു.

മുങ്ങാൻ ബാക്കിയുണ്ടായിരുന്നത് മുടി മാത്രമായിരുന്നു.

വന്നവരെല്ലാവരും കൂടി വരമ്പത്തേക്ക് വലിച്ചു കയറ്റി. വെള്ളം കുടിക്കുന്നതിനു മുമ്പായതുകൊണ്ട് വയറമർത്തി ചരിച്ചു കിടത്തിയിട്ടും വെള്ളമൊന്നും വായിലൂടെ വന്നില്ല. എല്ലാവർക്കും മനസ്സിലായി അത് മണിചേച്ചിയാണെന്ന്. രാഘവനാശാന്റെ മകൾ മണി. പിന്നെ എല്ലാവരും കൂടി താങ്ങി വീട്ടിലേക്കെത്തി.

അന്ന് അനന്തു സ്കൂളിൽ പോകാൻ വൈകിയതുകൊണ്ടാണ് ചേച്ചിയെ താങ്ങിപ്പിടിച്ച് വീട്ടിലേക്ക് കൊണ്ടു വരുന്നത് കാണാൻ സാധിച്ചത്. ആദ്യം അവനൊന്നും മനസ്സിലായില്ല. പാടത്ത് വീണതായിരിക്കും എന്ന് കരുതി. ആകെ നനഞ്ഞിട്ടുണ്ടായിരുന്നു. പിന്നെയാണ് വന്നവർ പരസ്പരം പറയുന്നത് കേട്ടത്.

"കുറച്ചു നേരം കൂടി കഴിഞ്ഞിരുന്നെങ്കിൽ... ഓർക്കാനേ വയ്യ..."

അപ്പോഴേക്കും കണ്ടു അമ്മ ഓടി വരുന്നത്. വന്ന വഴിക്ക് ചേച്ചിയുടെ മുഖം പിടിച്ചുയർത്തി ആർത്തലച്ച് കരയാൻ തുടങ്ങി.

"മോളേ, എന്തിനിങ്ങനെ ചെയ്തെടീ..."

അപ്പോൾ കൂട്ടത്തിലൊരാൾ പറയുന്നു.

"പണിക്കത്ത്യേര് ഒന്ന് മിണ്ടാതിരി... മോൾക്ക് ഒന്നും പറ്റിയില്ലല്ലോ."

എന്നാൽ കൃഷ്ണൻകുട്ടിച്ചോന്റെ ഭാര്യ മീനാക്ഷിച്ചോത്തി പറയുന്നത് കേട്ടു

"മണി ഇത്ര നേരത്തെ പുല്ലരിയാൻ പോവുന്നത് കണ്ടിട്ടില്ല.

തന്നെയുമല്ല അവൾ തിരക്കിട്ട് ഓടിപ്പോവുന്നതുപോലെ കണ്ടിട്ടാണ് അവളുടെ പിന്നാലെ ഞങ്ങളും പോയത്. ഇത്തിരി താമസിച്ചിരുന്നെങ്കിൽ അവളെ കിട്ടില്ലായിരുന്നു. പൂർണ്ണമായും മുങ്ങിയതായിരുന്നു. തലമുടി മാത്രം പിടിക്കാൻ കിട്ടി. ചോനത് പിടിച്ചു വലിക്കയായിരുന്നു.''

അപ്പോഴേക്കും അമ്മ ബോധംകെട്ട് വീണു.

കൂട്ടക്കരച്ചിൽ.

അച്ഛനെപ്പോഴോ എത്തി.

അന്ന് വീട്ടിലാരും ഭക്ഷണം കഴിച്ചില്ല. ചേച്ചിക്ക് അമ്മ കഞ്ഞി കൊടുത്തു. ചേച്ചി കണ്ണ് തുറന്നു.

എന്നാലും എന്നാലും അത് ഒരു ഭീകരസംഭവമായിരുന്നു.

വല്ലാത്ത സംഭവം.

അനന്തുവിന്റെ ജീവിതത്തിൽ ഒരിക്കലും മറക്കാനാവാത്ത സംഭവം.

പിന്നെ അനന്തുവിന് സംശയങ്ങൾ മാത്രമായി.

നീന്തലറിയാത്ത ചേച്ചി എങ്ങനെ കുളത്തിൽ മുഴുവനും മുങ്ങിപ്പോയി?

എന്താണ് സംഭവിച്ചത്?

ചേച്ചി എങ്ങനെയാണ് കുളത്തിൽ വീണത്?

ആരോട് ചോദിക്കും?

ചോദിച്ചാൽത്തന്നെ ആര് ഉത്തരം തരും?

അതിനുള്ള ധൈര്യം അനന്തുവിനുമില്ല.

അനന്തു ചുരുണ്ടു കിടന്നു.

പരിഹാരങ്ങളില്ലാത്ത പ്രശ്നങ്ങൾ

ജീവിതം പ്രശ്നഭരിതമാണ്. ചോദ്യങ്ങൾക്കൊന്നും ഉത്തരങ്ങളില്ല എന്നതുതന്നെയാണ് അതിലേറ്റവും പ്രധാനം.

ചേച്ചിയുടെ ആ സംഭവം അനന്തുവിനെ വല്ലാതെ ഉലച്ചു.

ഊണിലും ഉറക്കത്തിലും ഒരേ ചോദ്യം മാത്രം. ചേച്ചിക്ക് എന്തെങ്കിലും സംഭവിച്ചിരുന്നെങ്കിലോ... അതാലോചിച്ചാൽത്തന്നെ അനന്തു വിറയ്ക്കും.

ചേച്ചി എന്തിനാണ് അത് ചെയ്തതെന്ന് ആരോടും ചോദിച്ചില്ല. ചോദിച്ചാൽത്തന്നെ ആരും ഉത്തരം തരാൻ പോകുന്നില്ലെന്ന് അനന്തുവിന് അറിയാമായിരുന്നു. ചേച്ചിക്ക് മാത്രം പറയാൻ പറ്റുമായിരിക്കും. എന്നാൽ അതിനൊട്ട് ധൈര്യവുമില്ല. എന്നാലും അനന്തു കുറെ കാര്യങ്ങൾ ഊഹിച്ചു.

വീടിന്റെ മുറ്റത്ത് ഒരു കല്ലൊരക്കമ്പനി തുടങ്ങിയതിനുശേഷമാണ് ഒരു പന്തികേട് തോന്നിത്തുടങ്ങുന്നത്. അനന്തുവും ജഗുവും കല്ലൊരയ്ക്കുന്നത് നോക്കിനിൽക്കുമെങ്കിലും മുറ്റത്തേക്ക് ചേച്ചിമാർ വരുന്നത് കുറഞ്ഞു. വരാറേയില്ല എന്നുതന്നെ പറയാം.

ഞങ്ങൾ ആൺകുട്ടികൾക്ക് കളിക്കാനാണെങ്കിൽ മൈതാനത്തേക്ക് പോകാം. ചേച്ചിമാർക്ക് പുറത്തിറങ്ങാൻ പറ്റാതായി ചുരുക്കത്തിൽ എന്നേ പറയാനാവൂ. അനന്തുവിന് അക്കാര്യത്തിൽ സങ്കടം തോന്നിയിരുന്നു. എന്തുചെയ്യാം?

എന്നാലും കല്ലൊരക്കമ്പനിയിലെ വേണുച്ചേട്ടനോ അപ്പുച്ചോനോ വീട്ടിലേക്ക് വരികയോ ഇരിക്കുകയോ എന്തെങ്കിലും ചോദിക്കുകയോ ചെയ്തിട്ടില്ല. എന്നിട്ടും അമ്മയുടെ ആരോപണം മുഴുവൻ അവരുടെ നേരെയായിരുന്നു. അവരെ അവിടെ കൊണ്ടുവന്ന അച്ഛന്റെ നേരെയും. പറയുന്നത് വീട്ടിലും അച്ഛനോടുമാണെന്ന് മാത്രം.

''പെൺകുട്ടികളുള്ള വീടാണെന്ന് ഓർക്കണമായിരുന്നു. കല്ലോര ക്കമ്പനിക്ക് ഇവിടെ മാത്രേ സ്ഥലം കിട്ടിയില്ലൂ...''

അനന്തുവിന് തോന്നി, അച്ഛനും അത്ര കാര്യമായി അതിനെ ക്കുറിച്ച് ആലോചിച്ചു കാണില്ല. വെറുതെ കിടന്നിരുന്ന സ്ഥലം. ഒരു ഷെഡ് കെട്ടി അവരവിടെയിരുന്ന് പണിതോളും. ചെറിയ വാട കയും കിട്ടും. വാസ്തവത്തിൽ അതുതന്നെയാണ് നടന്നിരുന്നതും. അമ്മ വെറുതെ ഓരോന്ന് ആലോചിച്ചുണ്ടാക്കുന്നതാണ്. എന്നാലും... എന്നാലും...

അനന്തുവിന് അത് സഹിക്കാൻ കഴിയുന്ന ഒരു സംഭവമായിരു ന്നില്ല എന്നു മാത്രം.

ഏതായാലും കല്യാണാലോചന മുടങ്ങിയതോടെ കല്ലോരക്കാർ പണി നിർത്തി. ചേച്ചിയുടെ അപകടത്തോടെ അവർ മെഷിനും കൊണ്ടുപോയി. അച്ഛൻ ഷെഡ്ഡ് പൊളിച്ചു മാറ്റി.

അനന്തു ഒരു കാര്യത്തിൽ ആശ്വസിച്ചു.

ചേച്ചിക്കൊന്നും പറ്റിയില്ലല്ലോ.

അമ്മ നാഴികയ്ക്ക് നാൽപ്പത് പ്രാവശ്യം പറഞ്ഞു നടന്നു.

ദൈവം രക്ഷിച്ചു.

ശരിയാണ്, ദൈവം എന്ന ഒന്നുണ്ടെങ്കിൽ അതുതന്നെയാണ് രക്ഷിച്ചത്. വൈകിയിരുന്നെങ്കിൽ...

വീട് പിന്നീട് നിശ്ശബ്ദമായി.

ചേച്ചി തീരെ മിണ്ടാതായി.

എല്ലാം യാന്ത്രികമായി.

അനന്തു പഠനത്തിൽ കൂടുതൽ മുഴുകി. കളിക്കാനുള്ള താത്പര്യം കുറഞ്ഞു. അനന്തുവിന് അല്ലെങ്കിലും അധികം കൂട്ടുകാരില്ല. ഇടയ്ക്ക് ശശി വരും. അവനുമൊത്ത് മൈതാനത്ത് ചെന്നിരിക്കും കുറച്ച് നേരം.

സ്കൂളിലും കൂട്ടുകാർ കുറവാണ്. എങ്കിലും ഉള്ള കൂട്ടുകാരു മായി നല്ല ചങ്ങാത്തത്തിലാണ്. അതിൽ ഏറ്റവും അടുപ്പം ഔസേപ്പി നോടായിരുന്നു.

ഔസേപ്പിന്റെ വീട് മൂത്രത്തിക്കരയാണെങ്കിലും അവന്റെ പള്ളി പറപ്പൂക്കരയിലായിരുന്നു. സ്കൂളിന്റെ രണ്ട് ഫർലേങ് അപ്പുറത്ത്.

സ്കൂൾ ഉച്ചയ്ക്ക് വിട്ടാൽ ഔസേപ്പിനൊപ്പം പള്ളിമുറ്റത്തേക്കാണ് അനന്തു ഇപ്പോൾ പോകുന്നത്. അവിടത്തെ കിണറ്റിൽനിന്നും വെള്ളം കുടിക്കും. പിന്നെ പള്ളിയുടെ അകത്തൊക്കെ ചുറ്റി നടന്ന് കാണും. വിശാലമായ അകത്ത് യേശുക്രിസ്തുവിന്റെയും കുറേ പുണ്യാള ന്മാരുടെയും ഫോട്ടോകളാണ് നിറയെ. അനന്തുവിന് പ്രാർത്ഥിക്കാ നൊന്നുമില്ല.

ഔസേപ്പിന് ധാരാളം ബൈബിൾ കഥകൾ അറിയാം. ഓരോ ചിത്രവും നോക്കി അവയുടെ കഥകൾ പറയും. അനന്തുവിന് പുരാണ കഥകൾ കേൾക്കാൻ വലിയ ഇഷ്ടമാണ്.

അനന്തുവിന് പക്ഷേ സംശയങ്ങളുണ്ട് ധാരാളം. അതിനൊന്നും ഉത്തരം തരാൻ ഔസേപ്പിനറിയില്ല.

ജോസഫിനും മറിയയ്ക്കും ജനിച്ച യേശുവിനെ എന്തിനാണ് ദൈവപുത്രൻ എന്ന് വിളിക്കുന്നത്?

എന്തുകൊണ്ട് മറിയത്തെ കന്യാമറിയം എന്ന് വിളിക്കുന്നു? വിവാഹം കഴിഞ്ഞാൽ പിന്നെ കന്യകയല്ലല്ലോ.

എന്തിനാണ് യേശു പതിമൂന്നാം വയസ്സിൽ നാട് വിട്ടത്?

പിന്നെ കുറെക്കാലം എവിടെയായിരുന്നു?''

ഔസേപ്പ് അവനറിയാവുന്ന ഉത്തരമെല്ലാം തന്നു. എന്നാലും അനന്തുവിന് തൃപ്തിയായില്ല.

''തിരിച്ചു വന്ന യേശു യേശുദേവനായതെങ്ങനെ?

ശരിക്കും അത്ഭുതങ്ങൾ പ്രവർത്തിച്ചിരുന്നോ?

കണ്ണ് കാണാത്തവന് കാഴ്ച കൊടുത്തിരുന്നോ?

അഞ്ചപ്പംകൊണ്ട് അയ്യായിരം പേരെ തീറ്റിച്ചെന്ന് പറയുന്നത് ശരിയാണോ?

വെള്ളത്തെ വീഞ്ഞാക്കാൻ പറ്റുമോ?''

ഔസേപ്പ് ഒരു സത്യക്രിസ്ത്യാനിയായതിനാലും ബൈബിളിൽ വിശ്വസിച്ചിരുന്നതിനാലും അതൊക്കെ സത്യമാണെന്ന് സമർത്ഥി ച്ചിരുന്നു.

''എങ്കിൽ യേശുവിന് കുരിശുമരണത്തിൽനിന്നും രക്ഷപ്പെടാമാ യിരുന്നില്ലേ?''

''ചാട്ടവാറടി കൊള്ളേണ്ട കാര്യമുണ്ടായിരുന്നോ?''

ഔസേപ്പ് മറുപടി ഇങ്ങനെയായിരുന്നു:

''മനുഷ്യരുടെ പാപങ്ങൾ ഏറ്റെടുത്ത് അതിനുള്ള ശിക്ഷ വാങ്ങിക്കുകയായിരുന്നു ക്രിസ്തു. ദിവ്യശക്തിയുള്ളതുകൊണ്ടും ദൈവമായതുകൊണ്ടുമാണ് ക്രിസ്തുവിനെ കുരിശ്ശിലേറ്റിയതിന്റെ മൂന്നാം നാൾ ഉയിർത്തെണീറ്റ് വരാനായത്. മനസ്സുരുകി പ്രാർത്ഥിക്കുന്നവന്റെ കൂടെ ദൈവമെപ്പോഴുമുണ്ട്.''

ഔസേപ്പും കുടുംബവും നിത്യവും പള്ളിയിൽ പോകുന്നവരാണ്. എന്നിട്ടും ഔസേപ്പ് ഇടയ്ക്ക് ക്ലാസ്സ് മുടങ്ങുന്നത്, കാലത്ത് കഞ്ഞി കുടിക്കാത്തതുകൊണ്ടാണെന്ന് പറയാറുണ്ട്. അതുവെച്ച് നോക്കുമ്പോൾ അനന്തുവിന്റെ വീടെത്ര ഭേദം. കഞ്ഞിയെങ്കിലുമുണ്ടല്ലോ. അനന്തു എന്നും കഞ്ഞി കുടിച്ചിട്ടാണല്ലോ സ്കൂളിൽ പോകുന്നത്.

അദ്ധ്വാനിക്കുന്നവർക്കും ഭാരം ചുമക്കുന്നവർക്കും അത്താണിയായവനാണെങ്കിൽ യേശുദേവൻ ഔസേപ്പിന്റെ കുടുംബത്തെ രക്ഷിക്കണ്ടേ?

അവൻ പറയാറുണ്ട്.

''എല്ലാ ദിവസവും അര മണിക്കൂർ കൊന്തയെത്തിച്ച് ക്രിസ്തു രൂപത്തിന്റെ മുന്നിൽ പ്രാർത്ഥിച്ച ശേഷമേ വീട്ടിൽ അത്താഴം വിളമ്പൂ.''

അവർക്കെന്താണ് യേശു കഞ്ഞി ചോറാക്കി കൊടുക്കാത്തത്?

അത് പോട്ടെ, നിത്യനേ പള്ളിയിൽ പോകുന്ന ചുരുക്കം കുടുംബങ്ങളാണ് അവരുടേത്. അവിടെവെച്ചെങ്കിലും യേശു അവരെ തിരിച്ചറിഞ്ഞ് അവരുടെ സങ്കടത്തിന് പരിഹാരമുണ്ടാക്കാത്തതെന്താണ്?

അനന്തുവും മനസ്സിലാക്കിയിട്ടുള്ളത് തൂണിലും തുരുമ്പിലും ദൈവമുണ്ടെന്നാണ്. അങ്ങനെയുള്ള ദൈവം മനുഷ്യരുടെ കഷ്ടപ്പാടുകൾ കാണാത്തതെന്താണ്?

ചിലരുടെ വീട്ടിൽ കുന്നു കണക്കെ നെല്ലും അരിയും ഉണ്ട്. അവരുടെ കുട്ടികൾ പാടത്തേക്കിറങ്ങുന്നില്ല. പണിയെടുക്കുന്നില്ല. പുസ്തകത്തിന് പുസതകം. വസ്ത്രത്തിന് വസ്ത്രം. ആന്റോമാഷ്ടെ ഭാര്യയും ടീച്ചറാണ്. മക്കളൊക്കെ ബസ്സിലാണ് സ്കൂളിലേക്ക് പോകുക. മേരി പള്ളിയിൽ പോകുന്നത് കാണാൻ തന്നെ നല്ല ചേലാണ്. നല്ല ഉടുപ്പും നേരിയ കിന്നരിവെച്ചുള്ള വെള്ളത്തുണിയുടെ തട്ടവും തലയിൽ.

എവിടെയോ എന്തോ തകരാറുണ്ട്. ദൈവത്തിന് പക്ഷപാതമുണ്ട്. അപ്പോൾ അച്ഛമ്മ പറയുന്ന വാചകമാണ് ഓർമ്മ വരിക.

‘‘ദുഷ്ടരെ പനപോലെ വളർത്തും

ശിഷ്ടരെ കണക്കറ്റ് പരീക്ഷിക്കും. ദുഃഖിപ്പിക്കും.’’

എന്നാൽ അവസാനം എപ്പോഴും നല്ലത് വരുത്തുമെന്നാണ് ഔസേപ്പ് വിശ്വസിക്കുന്നത്. അതിൽ അനന്തുവിന് അത്ര വിശ്വാസവുമില്ല. കാരണം തന്റെ വീട്ടിൽ നല്ലത് വരുന്ന യാതൊരു ലക്ഷണവും കാണാനില്ല. ഒന്ന് മാത്രമുണ്ട്.

പരീക്ഷിക്കലും ദുഃഖിപ്പിക്കലും മാത്രം.

അനന്തു തിരിഞ്ഞു കിടന്നു.

പ്രവാചകന്മാരേ പറയൂ...

പാട്ടുകൾ മനസമാധാനത്തിനുള്ള ഏറ്റവും നല്ല മാർഗ്ഗമാണ്. അത് മാത്രമാണ് ജീവശ്വാസമായി നിലനിൽക്കുക.

പാട്ടുകൾ എപ്പോഴും തത്തിക്കളിക്കും അനന്തുവിന്റെ ഉള്ളിൽ. അതൊരു സുഖമായി, സമാധാനമായി പെയ്തിറങ്ങുന്നതുപോലെയാണ്.

വീട്ടിലെ സ്ഥിതി നാളുകൾ കഴിയുന്തോറും കൂടുതൽ കഷ്ടപ്പാട് നിറഞ്ഞതായി.

അച്ഛൻ കമ്പനിയിൽ പണിക്കു പോകുന്നുണ്ട്. രാത്രിയും പകലുമെന്നില്ലാതെ. വീട്ടിൽ വന്നാൽ ചോറുണ്ട് ഇറയത്ത് കിടക്കും. ഇപ്പോൾ ഓവർടൈം ചെയ്യുന്നുമുണ്ട്. അതുകൊണ്ട് കമ്പനിയിൽ നിന്നും വീട്ടിലേക്ക് വരുന്നത് ഡ്രസ് മാറാൻ വേണ്ടി മാത്രമാണ്. ഷർട്ടിലും മുണ്ടിലും എന്തിന്, തലയിൽവരെ പഞ്ഞി കാണാം. കുളി കഴിഞ്ഞേ എന്തെങ്കിലും കഴിക്കാൻ പറ്റൂ. ഇപ്പോഴാവട്ടെ, മീറ്റിംഗിനൊന്നും പോവാറില്ല. സംസാരം ഒട്ടുമില്ല. എന്തൊക്കെയോ ആലോചിച്ചിരിക്കുന്നത് കാണാം.

എന്താണാവോ ആ ചിന്തകളിൽ.

അമ്മയുടെ കാര്യമാണ് അതിലും കഷ്ടം. രാപകൽ പണിയെടുക്കുന്നുണ്ട്. രാവിലെ പശുവിന്റെ ചവിട്ടും കുടയലും സഹിച്ച്, പാല് കറന്ന്, അനന്തുവിന്റെ കൈയിൽ കുപ്പിയിലാക്കി കൊടുത്ത ശേഷം, ചാണകം വാരി തൊഴുത്ത് വൃത്തിയാക്കും.

ജഗുവോ അനന്തുവോ പശുവിനെയും കുട്ടിയേയും അഴിച്ച് പറമ്പിലോ പാടത്തോ പുല്ല് മേയാൻ കൊണ്ടു കെട്ടും. വൈകുന്നേരം പാടത്തുനിന്നോ പറമ്പിൽനിന്നോ പശുവിനെയും കുട്ടിയേയും കൊണ്ടു വരുന്നതും അനന്തുവും ജഗുവുംതന്നെ.

അമ്മ കഞ്ഞി കുടിച്ച് പാടത്തേക്ക് പണിക്ക് പോകും. തന്റെ ഗതികേടിനേയും വീട്ടുകാരെയും കുറിച്ച് പണ്ട് പറഞ്ഞിരുന്നത് പിന്നെപ്പിന്നെ പറയാതായി. കഷ്ടപ്പാടിനിടയിൽ സ്വന്തം വീടിനെ മറന്നതാവുമോ? എന്നാൽ ഓണദിവസം മുത്തച്ഛനെയും അമ്മൂമ്മ യേയും കാണാൻ പോകുന്നത് മുടക്കാറില്ല. അവർ കിടപ്പിലാണെന്ന് ഇടയ്ക്ക് പറഞ്ഞു കേട്ടു. എങ്കിലും അവർ അവർക്കാവുന്നത് അമ്മയ്ക്ക് കൊടുക്കാറുണ്ട്. വലിയ സ്ഥിതിയിലുള്ള അമ്മാവന്മാരെ കാണാൻ പോകാറില്ല. ഇരക്കാൻ വയ്യ എന്നാണ് അതിനെപ്പറ്റി അമ്മ പറയാറുള്ളത്.

ഇപ്പോൾ മണിചേച്ചി മാത്രമല്ല ലീലേച്ചിയും പത്താംക്ലാസ്സ് കഴിഞ്ഞ തോറ്റു. ലീലേച്ചിയും അതോടെ അടുക്കളപ്പണിക്കാരിയായി. എങ്കിലും ചേച്ചിയേയും അമ്മയേയും സഹായിക്കുന്നതിനുപുറമേ അനന്തു വിനോട് ഒരു കാര്യം പ്രത്യേകം പറയും.

''മോൻ ജയിക്കണം.''

അനന്തു അപ്പോഴെല്ലാം ഉറപ്പിക്കും.

ജയിക്കണം

ജയിക്കണം

പത്താംക്ലാസ്സ് ജയിക്കണം.

വടക്കേ പറമ്പിൽ കൊള്ളി നട്ടിട്ടുണ്ട്. തടവും വാരലുമുണ്ട്. കുഴി കുത്തി തടത്തിൽ കൊള്ളി നട്ടാൽ നന്നായി വളരും. പക്ഷേ വേനൽ ക്കാലത്ത് ധാരാളം വെള്ളമൊഴിക്കണം. എന്നാൽ അനന്തുവിന്റെ വീട്ടിലെ കിണറ് ആദ്യം വറ്റും. പിന്നെ തെക്കേക്കാരുടെ കിണറാണ് വറ്റുക. അപ്പോൾ അതിൽനിന്നും വെള്ളമെടുക്കാൻ പറ്റില്ല. അതിന്റെ അടിവരെ വെള്ളമെങ്കിൽ കണ്ടാൽ അവർ പറയും വെള്ളം താഴെ കിണറ്റിൽനിന്നും കോരിക്കോളാൻ.

അവിടെനിന്ന് ബക്കറ്റിലും കുടത്തിലുമായി ചുമക്കുന്ന വെള്ളം അനന്തുവിന്റെ വീടും കടന്ന് വടക്കേ പറമ്പിലേക്കെത്തുമ്പോഴേക്കും പകുതി വെള്ളം തുളുമ്പിപ്പോയിട്ടുണ്ടാകും. എങ്കിലും കൊള്ളിത്തട ത്തിന്റെ പകുതി ഒരു ദിവസം നനയ്ക്കും. പിറ്റേ ദിവസം ബാക്കിയും.

സാധാരണ അനന്തുവും ജഗുവുമൊക്കെ സ്കൂൾ വിട്ട് വന്ന് വൈകീട്ടാണ് നനയ്ക്കുക. ചിലപ്പോൾ കൊള്ളി നനയ്ക്കാൻ ലീലേ ച്ചിയും കൂടി വൈകുന്നേരത്തിനുമുമ്പ് കൊള്ളി നനയ്ക്കുന്നത് കഴിക്കും.

ജഗു കൊള്ളിത്തടം നന്നായി കിളയ്ക്കും. പറിക്കേണ്ട സമയമായാൽ ദിവസവും നാലോ അഞ്ചോ കൊള്ളി പറിച്ച് വെട്ടി കുട്ടയിലിട്ട് അനന്തുവോ ജഗുവോ പീടികയിൽ കൊണ്ടുപോയി വിൽക്കും. കാശ് അപ്പോൾ പീടികയിൽ നിന്നും തന്നില്ലെങ്കിലും കണക്കെഴുതിപ്പിച്ച് അമ്മയ്ക്ക് പിന്നെ കൊടുക്കും. പാല് വിൽക്കുന്നതിനു പുറമേ അമ്മയ്ക്ക് കാശുണ്ടാക്കാനുള്ള മറ്റൊരു മാർഗ്ഗം.

പത്താംക്ലാസ്സ് കഴിയാറായി. ആനിവേഴ്സറിയായി. അനന്തു സ്കൂളിൽ പാട്ട് പാടാറുണ്ട്. മത്സരത്തിന് പങ്കെടുക്കാറുണ്ട്. സമ്മാനവും കിട്ടിയിട്ടുണ്ട്. ഒന്നുകിൽ സത്യന് ഫസ്റ്റ്. അല്ലെങ്കിൽ അനന്തുവിന്.

രാത്രിയാണ് ആനിവേഴ്സറി ആഘോഷങ്ങൾ ഉണ്ടാവുക. വീട്ടിലെ ദുരിതങ്ങൾ കാരണം ജഗുവും അനന്തുവും രാത്രി സർക്കീട്ട് പോകാറില്ല. സിനിമയക്ക് തീരെയുമില്ല. ആരും വിലക്കിയിട്ടില്ല. പോകാൻ തോന്നാറില്ല എന്നു മാത്രം. വീട്ടിലെ കഷ്ടപ്പാട് കണ്ട് മനം മടുത്തിട്ടാണോ? അറിയില്ല.

സിനിമയ്ക്ക് പോകാത്തതിനാൽ പാട്ടുപുസ്തകങ്ങളൊന്നും കിട്ടാറില്ല. കുറെ നാൾ മുമ്പ് സത്യൻ അഭിനയിച്ച ഒരു സിനിമയിലെ ഒരു പാട്ട് അനന്തുവിന് വളരെ ഇഷ്ടമാണ്.

‘‘പ്രവാചകന്മാരേ പറയൂ

പ്രഭാതമകലെയാണോ...’’

മുഴുവൻ വരികളും ഓർമ്മയിലില്ല.

ഉച്ചയ്ക്ക് അനന്തു പള്ളിമുറ്റത്ത് ചെന്നിരുന്നു. കിട്ടാത്ത വരികൾ ആലോചിച്ചു. അതിന്റെ ട്യൂൺ അനന്തുവിന് നന്നായി അറിയാം. ജീവിതവുമായി തട്ടിച്ചുനോക്കുമ്പോൾ ഉള്ളിൽ മുഴുങ്ങുന്ന സങ്കടവരികളാണ് അതെന്ന് അനന്തുവിന് തോന്നാറുണ്ട് പലപ്പോഴും. അതുകൊണ്ടാവും ആ പാട്ടിനോട് ഇത്രയും ഇഷ്ടവും.

വരികൾ കിട്ടി. അനന്തു സ്കൂളിലേക്ക് നടന്നു.

അനന്തുവിന്റെ പേര് വിളിച്ചു. അവനുറക്കെ പാടി. അതിന്റെ മുഴക്കം അങ്ങകലെ വീട്ടിലുമെത്തിയിരിക്കാം. എല്ലാവരും കേട്ടിരിക്കാം.

‘‘പ്രവാചകന്മാരേ പറയൂ

പ്രഭാതമകലെയാണോ

പ്രപഞ്ചസൃഷ്ടികളേ പറയൂ

പ്രഭാതമകലെയാണോ...’’

പാട്ട് കഴിഞ്ഞപ്പോൾ നല്ല കൈയടിയായിരുന്നു.

പക്ഷേ അറിയാതെ തേങ്ങിപ്പോയി എന്ന് അറിഞ്ഞത് അനന്തു മാത്രം.

അതിഥിയായി വന്ന കവി അനന്തുവിന് ഒരു പുസ്തകമാണ് സമ്മാനമായി കൊടുത്തത്.

നാലപ്പാട്ട് നാരായണമേനോൻ വിവർത്തനം ചെയ്ത 'പാവങ്ങൾ'. അത് സ്കൂളിലെ ഏറ്റവും നല്ല വിദ്യാർത്ഥിക്കുള്ള സമ്മാനവുമായിരുന്നു.

അവധിക്കാലത്ത് അനന്തു 'പാവങ്ങൾ' മുഴുവൻ വായിച്ചു.

പടിഞ്ഞാറേ ചായ്പ്പിലാണ് കിടപ്പും വായനയും എഴുത്തും എല്ലാം. 'പാവങ്ങൾ' വായിച്ചു കഴിഞ്ഞപ്പോഴും അനന്തുവിന് സംശയങ്ങൾ ബാക്കി.

'അഭയം നല്കിയ അച്ചന്റെ വെള്ളിസ്പൂണും മെഴുകുതിരിക്കാലുകളും മോഷ്ടിച്ച ജീൻ വാൽജീൻ തെറ്റാണോ ചെയ്തത്?

അദ്ദേഹത്തെ പൊലീസ് പിടിച്ചപ്പോൾ ജീൻ വാൽ ജീനെ രക്ഷിക്കാൻ അവ താൻ അവന് സമ്മാനമായി കൊടുത്തതാണ് എന്ന് പറഞ്ഞ അച്ചൻ ശരിയല്ലേ?'

രണ്ടുപേരും ശരിയാണ്.

അനന്തു ചില ശരികളെ കണ്ടെത്തിത്തുടങ്ങിയിരുന്നു.

സമാധാനവും സ്വപ്നവും

സ്വപ്നങ്ങൾക്ക് ചില നിറങ്ങളുണ്ട്. കണ്ടാലും കാണാതെ പോവുന്നവ. കണ്ടില്ലെങ്കിലും യാഥാർത്ഥ്യമാവുന്നവ.

റിസൽട്ട് വരുന്ന ദിവസം. അനന്തു മാത്രമല്ല വീട്ടുകാരെല്ലാം കാത്തിരിക്കുന്ന ദിനം. കാലങ്ങളായി ജീവിതത്തിൽ എന്തെങ്കിലും ഒരു വ്യത്യാസം പ്രതീക്ഷിച്ചു കഴിയുന്നവർ. തോൽവി മാത്രം കണ്ട് തഴമ്പിച്ചവർ. ഇത്തവണ ഒരു ജയത്തിനായി കാത്തിരിക്കുന്നു.

അനന്തു രാവിലെത്തന്നെ സ്കൂളിലെത്തി.

ഇക്കൊല്ലം മുതൽ റിസൽട്ട് സ്കൂളിലെ നോട്ടീസ് ബോർഡിൽ പതിക്കും. ഇതുവരെ പത്രത്തിലാണ് നമ്പർ വന്നിരുന്നത്. അതുകൊണ്ട് നമ്പറില്ലെങ്കിലും തോറ്റോ ജയിച്ചോ എന്ന് ഉറപ്പിക്കാൻ സ്കൂളിൽ പോകുമായിരുന്നു എല്ലാ കുട്ടികളും.

എല്ലാവരും എത്തിയിട്ടുണ്ട്. അക്കൊല്ലം എഴുതിയവരും മുമ്പ് തോറ്റ് പിന്നെയും എഴുതിയവരും. വാസുദേവൻ മാഷ് വന്ന് നാല് ഷീറ്റ് പേപ്പർ നോട്ടീസ് ബോർഡിൽ പതിച്ചു പോയി.

അനന്തുവിന് തിക്കിതിരക്കേണ്ടി വന്നു, നമ്പർ കണ്ടുപിടിക്കാൻ. അനന്തുവിന്റെ നമ്പറുണ്ട്. ഫസ്റ്റ് ക്ലാസ്സെന്ന് ബ്രാക്കറ്റിൽ.

ഈശ്വരാ... അനന്തു അറിയാതെ വിളിച്ചുപോയി.

കുറെപേർ ജയിച്ചിട്ടുണ്ട്. അധികവും തോറ്റവരാണ്. പ്രതീക്ഷിക്കാത്തവരടക്കം തോറ്റിരിക്കുന്നു. കണക്കും ഇംഗ്ലീഷും വിഷമമായിരുന്നുവെന്ന് പരീക്ഷ കഴിഞ്ഞപ്പോൾ പലരും പറഞ്ഞിരുന്നു. വെട്ടുകാട്ടിലെ ചന്ദ്രു തോറ്റിട്ടുണ്ട്. അവൾ തല താഴ്ത്തി പോകുന്നത് അനന്തു കണ്ടു.

അപ്പോഴാണ് നാരായണൻ കർത്താ മാഷ് അനന്തുവിനെ വിളിച്ചത്.

''നല്ല മാർക്കുണ്ട്. ഇതുവരെ ഈ സ്കൂളിൽ ഇത്രയും മാർക്ക് ആർക്കും കിട്ടിയിട്ടില്ല. കോളെജിൽ ചേരണം.''

മറ്റുള്ളവരുടെ മുന്നിൽവെച്ച് മാഷ് അങ്ങനെ പറഞ്ഞപ്പോൾ വലിയ അഭിമാനം തോന്നി. ആദ്യമായാണ് സ്കൂളിന് പുറത്ത് വെച്ച് മാഷ് സംസാരിക്കുന്നത്. മാഷ് ചൂരലുമായി വരുന്നത് കണ്ടാൽ എല്ലാവരും ക്ലാസ്സിലേക്ക് ഓടിയൊളിക്കുകയാണല്ലോ പതിവ്.

വീട്ടിലേക്കെത്തിയപ്പോൾ അനന്തു കണ്ടു എല്ലാവരും കാത്തിരിക്കുന്നു. ജയിച്ചുവെന്ന് മാത്രമല്ല ഫസ്റ്റ് ക്ലാസ്സുണ്ടെന്ന് പറഞ്ഞപ്പോൾ അവരുടെ സന്തോഷം കാണേണ്ടതുതന്നെ. ഈ ആഹ്ലാദമല്ലേ അനന്തു ആഗ്രഹിച്ചിരുന്നത്. വീട്ടിൽ ഒരാൾ ഫസ്റ്റ് ക്ലാസ്സിൽ പത്താംക്ലാസ്സ് ജയിച്ചിരിക്കുന്നു.

ജഗു തോറ്റതെഴുതി പാസ്സാവുകയായിരുന്നല്ലോ.

ചേച്ചി അടുക്കളയിലേക്ക് പോയപ്പോൾ അനന്തു കൂടെ ചെന്നു. പെട്ടെന്ന് അനന്തുപോലും വിചാരിക്കാതെ ചേച്ചി കെട്ടിപ്പിടിച്ച് കരഞ്ഞു. അനന്തുവിനും നിയന്ത്രിക്കാനായില്ല. അവനും കരച്ചിലോട് കരച്ചിൽ. പിന്നെ കരച്ചിൽ നിന്നപ്പോൾ അനന്തു ചോദിച്ചു.

''എന്തിനാ കരേണേ?''

ചേച്ചി ഒന്നും പറഞ്ഞില്ല. സന്തോഷം കൊണ്ടാണ് ചേച്ചി കരയുന്നതെന്ന് അനന്തുവിന് മനസ്സിലായില്ല. ദുഃഖം മനസ്സിൽ കൊണ്ടു നടക്കുന്നവർക്ക് സന്തോഷം വന്നാലും കരയുകയേയുള്ളൂ എന്ന് എവിടെയോ വായിച്ചതോർത്തു.

ചേച്ചി പൂവട ഉണ്ടാക്കിയിരുന്നു. അനന്തുവിന് പൂവട വല്യ ഇഷ്ടമാണെന്ന് ചേച്ചിക്കറിയാം. എല്ലാവർക്കും കൊടുത്ത് അനന്തുവും കഴിച്ചു. അന്നെന്തോ വീട്ടിൽ വലിയ ഒരു സമാധാനം വന്ന് നിറഞ്ഞതുപോലെ.

അനന്തു വലിയ ഒരു നെടുവീർപ്പിട്ടു.

പഠിക്കാൻ തന്നെ ഏറ്റവും കൂടുതൽ സഹായിച്ചത് ചേച്ചിമാരാണ്. പരീക്ഷയടുത്തപ്പോൾ കഞ്ഞിയും ചോറും അനന്തുവിന്റെ മുറിയിലെത്തിച്ചിരുന്നു. പടിഞ്ഞാറെ ചായ്പ്പിൽ പായയിട്ടു തന്നതും ഒരു മേശ കൊണ്ടു വന്നിട്ടതും ചേച്ചിമാരായിരുന്നു. അതുകൊണ്ട് എഴുത്തും വായനയും ആ മുറിയിൽത്തന്നെയായിരുന്നു. ലീലേച്ചിയാകട്ടെ, തന്നെ ഒരു പണിയും ചെയ്യാൻ സമ്മതിച്ചിരുന്നില്ല. കൊള്ളി നനയ്ക്കാനോ എന്തിന്, വെള്ളം കോരാൻ പോലും. ജഗു വീണ്ടും പരീക്ഷയെഴുതുന്നുണ്ടെങ്കിലും പണികളെല്ലാം തനിച്ച് ചെയ്തു. തന്നെ ഒന്നിനും വിളിക്കുമായിരുന്നില്ല. അനന്തു അവർക്ക് സന്തോഷം

തിരിച്ചു കൊടുത്തിരിക്കുന്നു. അതൊരു സമ്മാനമായി തിരിച്ച് കൊടുത്തിരിക്കുന്നു.

''അതിനെന്താ, അതിനെല്ലാം ഫലമുണ്ടായിരിക്കുന്നു. അനന്തു പാസ്സായിരിക്കുന്നു. അതും ഫസ്റ്റ് ക്ലാസ്സോടെ.''

അനന്തുവിന് ഉറക്കെ വിളിച്ചു പറയണമെന്നുണ്ട്.

തെക്കെ ചായ്പിൽ കിടക്കുന്ന അച്ഛമ്മയെ താങ്ങിയിരുത്തി വിവരം പറഞ്ഞു. ഓർമ്മക്കുറവുണ്ട് എങ്കിലും കാര്യം മനസ്സിലായെന്നപോലെ അച്ഛമ്മയുടെ കൈ ഉയർത്തി അനന്തുവിന്റെ മുഖം തഴുകി.

കുറച്ച് കഴിഞ്ഞപ്പോൾ അച്ഛനും എത്തി. സന്തോഷത്തോടെയാണ് വരവ്. കാല്കൊട കഴുക്കോലിൽ തൂക്കി കട്ടിലിൽ വന്നിരുന്നു.

''മോന് ഏന്നാ കോളെജിൽ പോവാൻ പറ്റാ?''

''ഞാൻ പോയി അന്വേഷിക്കാം അച്ഛാ. നാരായണൻ മാഷും പറഞ്ഞിരുന്നു.'' അനന്തു പറഞ്ഞു.

ചേച്ചി അച്ഛനും പൂവട കൊടുത്തു.

അച്ഛൻ ഇറയത്തിരുന്ന് ഗഹനമായ ആലോചനയിലാണ്. അനന്തുവിനറിയാം, തന്നെ കോളെജിൽ ചേർക്കേണ്ടതിനെപ്പറ്റിയാവും ഇപ്പോഴത്തെ ആലോചനയെന്ന്. വീട്ടിൽനിന്നും ഇതുവരെ ആരും കോളെജിൽ പോയിട്ടില്ലല്ലോ. അതിന്റെയൊന്നും ചെലവ് എത്രയൊന്നും ആർക്കും അറിയുകയുമില്ല.

വൈകീട്ടാണ് മഴ തുടങ്ങിയത്. മഴ നോക്കിയിരിക്കുകയായിരുന്നു അനന്തു. എല്ലാവരും കിടക്കാനുള്ള തയ്യാറെടുപ്പിലാണ്. അനന്തുവും പടിഞ്ഞാറേ ചായ്പിലേക്ക് കടന്നു. മഴച്ചാറ്റലടിച്ചപ്പോൾ ജനാല അടച്ച് കുറ്റിയിട്ടു. മഴ കൂടിക്കൂടി വരുന്നുണ്ടായിരുന്നു.

അനന്തുവിന് ഉറക്കം വന്നില്ല. ഇപ്പോൾ അൽപ്പം ഉൽക്കണ്ഠയും തോന്നിത്തുടങ്ങുന്നുണ്ട്. വ്യക്തമല്ലാത്ത ആശങ്കകൾ.

> നോട്ടീസ് ബോർഡ് നോക്കിപ്പോകുന്ന കുട്ടികൾ. കൂട്ടത്തിൽ തല താഴ്ത്തി പോകുന്ന വെട്ടുകാട്ടിലെ ചന്ദ്രു. വെട്ടുകാടിന് താഴെയുള്ള കോൾപ്പാടം. ശക്തിയായ ഇടിവെട്ടും മഴയും. നെടുംതോട് പൊട്ടി കൈതച്ചാലും കൈതക്കുളവും നിറഞ്ഞു കവിയുന്നു. ചുറ്റുപാടും ആളുകളുടെ ബഹളം. ചന്ദ്രുവിനെ താങ്ങിയെടുത്ത് കൊണ്ടുവന്ന് കിടത്തുന്ന നാട്ടുകാർ. തിക്കിത്തിരക്കി അനന്തുവും എത്തി നോക്കി. ചന്ദ്രുവിന്റെ മുഖമല്ല, ചേച്ചിയുടെ...

ചേച്ചീ... അനന്തു ഉറക്കെ നിലവിളിച്ചുവെങ്കിലും ശബ്ദം പുറത്തു വന്നില്ല. ശ്വാസം മുട്ടുന്നു. ഹൃദയം പടാപടാ മിടിക്കുന്നു. അനന്തു ഞെട്ടിയുണർന്നു. സ്വപ്നം... വല്ലാത്ത സ്വപ്നം...

അനന്തു വാതിൽ തുറന്ന് ശബ്ദമുണ്ടാക്കാതെ, അടുക്കളയിൽ ചെന്ന് വെള്ളം കുടിച്ചു. അമ്മയും ചേച്ചിമാരും സുഖമായി ഉറങ്ങുന്നുണ്ട്. ആശ്വാസം തോന്നി. അനന്തു തിരിച്ചു വന്ന് ചുമരും ചാരിയിരുന്ന് ചിന്തിച്ചു. എന്താണിങ്ങനെ?

അവൻ സ്വപ്നങ്ങളൊക്കെ കാണാറുണ്ട്. ചേച്ചിയോട് പറയാറുമുണ്ട്.

ഒരു ദിവസം പാമ്പിനെ സ്വപ്നം കണ്ടെണീറ്റതും അതിന്നടുത്ത ദിവസം കോളനിയിലെ ശേഖരന്റെ അനിയൻ പാമ്പുകടിയേറ്റ് ആശുപത്രിയിൽ കൊണ്ടുപോയതും അനന്തു ഓർത്തു.

''നീ സ്വപ്നം കണ്ടതുപോലെ നടന്നു.'' ചേച്ചി അന്ന് പറഞ്ഞിരുന്നു.

ഇതിപ്പോ അങ്ങനെ പറയാൻ പറ്റുന്ന സ്വപ്നമല്ല. അതും ചേച്ചിയോട്.

''സ്വപ്നങ്ങൾ അബോധമനസ്സിൽനിന്നും വരുന്നതാണ്. വേറെയെന്തിന്റെയോ പ്രതിഫലനങ്ങളും. യാഥാർത്ഥ്യവുമായി ബന്ധമുണ്ടാകണമെന്നില്ല.''

എവിടെയോ വായിച്ചത് അനന്തു വീണ്ടും ഓർത്തു.

സ്വപ്നങ്ങൾ അനന്തുവിന്റെ നിയന്ത്രണത്തിലല്ലല്ലോ. സ്വയം ആശ്വസിക്കാൻ ശ്രമിച്ചു.

നേരം വെളുത്തിട്ടും മഴ തോർന്നിരുന്നില്ല.

പത്ത് മണിയാവുമ്പോൾ ആന്റോമാഷ്ടെ വീട്ടിലേക്ക് പോകണം. മാഷ് റിസൽട്ട് അറിഞ്ഞിട്ടുണ്ടാവുമെങ്കിലും നേരിട്ട് പറയണം. ഒപ്പം കോളെജിൽ ചേരേണ്ട കാര്യങ്ങളെക്കുറിച്ചും ചോദിച്ചറിയണം.

മാഷ്ടെ രണ്ട് പെൺമക്കൾ കോളെജിൽ പോകുന്നവരാണ്. കൂടാതെ മേരിയും ജയിച്ചിരിക്കണം. അഭിനന്ദനം അറിയിക്കണം. ഇതെല്ലാം വിചാരിച്ചാണ് അനന്തു വീട്ടിൽനിന്നും ഇറങ്ങിയത്.

അനന്തു പടി കടന്നതും കുറെ ആളുകൾ പടിഞ്ഞാട്ടേക്ക് ഓടുന്നത് കണ്ടു. എന്താണ് കാര്യമെന്ന് ചോദിക്കാനും പറ്റുന്നില്ല. എല്ലാവരും പരിഭ്രാന്തരായി ഓടുകയാണ്.

വെട്ടുകാട്ടിലെ വീട്ടിലേക്കാണ് ആളുകളോടുന്നത്. അവിടെ എന്തോ സംഭവിച്ചിരിക്കുന്നു. അനന്തുവിനും സംഭ്രമമായി.

വെട്ടുകാട്ടിലേക്ക് തിരിയുന്ന മൂലയ്ക്കുള്ള സർവ്വേക്കല്ലിനടുത്ത് അടിക്കാരൻ വാസു നിൽക്കുന്നുണ്ട്. അവൻ വെട്ടുകാട്ടിൽ വീടിന്റെ അയൽവക്കമാണ്. പൊളിഞ്ഞു കിടക്കുന്ന ഒരു വേലിയുടെ വ്യത്യാസം മാത്രം.

''എന്താ വാസുവേട്ടാ?''

''നമ്മുടെ ചന്ദ്രൂന് ഇന്ന് കാലത്ത് ഇടിവെട്ടേറ്റു.''

''പാടത്ത് വെച്ചാണോ?''

''ആ...''

വാസു വരുന്നവരോടൊക്കെ ആ വിവരം പറയുന്നുണ്ടായിരുന്നു. അപ്പോഴാണ് അനന്തുവിന്റെ ഉള്ളിലൂടെ ഒരു മിന്നൽ പാഞ്ഞു പോയത്. താൻ കണ്ട സ്വപ്നം. അനന്തു വെട്ടുകാട്ടിലെത്തി അകത്ത് കടക്കാൻ ശ്രമിച്ചിട്ടും പറ്റിയില്ല. വല്ലാത്ത തിരക്കാണ്. അവൻ തിരിഞ്ഞോടി. വീട്ടിലെത്തിയതും ചേച്ചീ എന്ന് ഉറക്കെ വിളിച്ചതും ചേച്ചിയെ കെട്ടിപ്പിടിച്ചതും ഒപ്പമായിരുന്നു. എന്നിട്ട് മുഖത്തേക്ക് സൂക്ഷിച്ച് നോക്കി.

''ഇല്ല, എന്റെ ചേച്ചിക്ക് ഒന്നും പറ്റിയിട്ടില്ല. ചേച്ചിയല്ല.''

പിന്നെ സാവകാശം ചേച്ചിയോട് കാര്യം പറഞ്ഞു.

''നീയെന്തിനാ അവിടെ പോയേ? പേടിയുള്ളോര് മരിച്ചത് കാണാൻ പോകാൻ പാടില്ല.'' ചേച്ചി പറഞ്ഞു.

അപ്പോൾ ചേച്ചി എല്ലാം അറിഞ്ഞിട്ടുണ്ടല്ലേ?

അനന്തു കണ്ട സ്വപ്നവും അറിഞ്ഞിരിക്കുമോ?

ഇല്ല, അനന്തു പറയില്ല. ഒരിക്കലും പറയില്ല.

അപ്പോൾ സ്വപ്നമേത്, യാഥാർത്ഥ്യമേത്?

അച്ഛന്റെ കത്തിന് വിജുച്ചേട്ടന്റെ മറുപടി വന്നു.

''പ്രിയപ്പെട്ട അച്ഛനും അമ്മയ്ക്കും ബാക്കിയെല്ലാവർക്കും.

അയച്ച കത്ത് കിട്ടി. അനന്തു പാസ്സായ വിവരം അറിഞ്ഞ് സന്തോഷിക്കുന്നു. അവനെ കോളെജിൽ ചേർക്കണം. പണത്തിന്റെ കാര്യമോർത്ത് വിഷമിക്കേണ്ട. ഞാൻ ഇതിനോടൊപ്പം മണിയോർഡർ അയയ്ക്കുന്നു. എനിക്കിവിടെ സുഖം തന്നെ.

എന്ന് വിജു''

അനന്തുവിന് ഇനിയും എന്തെല്ലാം സ്വപ്നങ്ങളാണ് കാണേണ്ടത്?

അനന്തരം അനന്തു

കാലം ചില കണക്കുകൾ സൂക്ഷിക്കുന്നുണ്ട്. സമയമാകുമ്പോൾ
അവ കാലത്തിനുതന്നെ തിരിച്ചു നൽകുമായിരിക്കാം.

അച്ഛനും അമ്മയും വാർദ്ധക്യസഹജമായ അസുഖങ്ങളാൽ മരണപ്പെട്ടു.

ചേച്ചിയെ വീണ്ടും നീലക്കയങ്ങൾ മാടി വിളിച്ചു. ഏതോ ഒരു ജീവിതസന്ധിയിൽ ജീവനൊടുക്കി.

സഹോദരങ്ങൾ (അനന്തുവിന് ഒരു അനിയത്തിയും അനിയനും കൂടിയുണ്ട്. കഥ നടക്കുമ്പോൾ നാലാം ക്ലാസ്സിലും മൂന്നാം ക്ലാസ്സിലും പഠിക്കുന്നവർ.) വിവാഹം കഴിഞ്ഞ് കുടുംബസമേതം സുഖമായി ജീവിക്കുന്നു.

മേരി ടീച്ചറായി.

ആന്റോ മാഷ് വിട വാങ്ങി.

ശശി കമ്പനിയിൽ ജോലിക്ക് കയറി. അദ്ധ്വാനിയായി. കല്യാണം കഴിച്ചു.

അടിക്കാരൻ വാസുവിനെ ഇപ്പോൾ വിളിക്കുന്നത് വെടിക്കാരൻ വാസുവെന്നാണ്.

ഔസേപ്പ് വികാരിയച്ചനായി. പറപ്പൂക്കര പള്ളിയിലുണ്ട്.

അനന്തു പഠിച്ച് ഡോക്ടറായി.

■